越南語完全自學手冊

29字母 120音

王牌教師 **吳庭葳** ———— 著

Ngô Đình Uy

掃描 QR Code 立即播放全書 MP3 雲端音檔，使用電腦即可下載
https://video.morningstar.com.tw/0170041/0170041.html

○ SECTION **04** 越南語數字 053

第二篇　29 字母 120 音

第三篇 常用單字

第四篇 手機、電腦越南語輸入法

推薦序

　　隨著台灣新南向政策的推動，台商在越南的投資每年都大幅成長，目前已是越南第四大投資國。其次，在台灣的產業移工目前也以越南籍為最多，而在台灣的外籍配偶人數上，越南籍佔比亦逐漸上升，凌駕於東南亞各國。再者，越南籍配偶所生的新台灣之子比例也最高，且每年來台灣留學的東南亞國家也以越南學生最多。以上幾點都顯示：台灣與越南的關係從本世紀初以來，有愈來愈密切的趨勢，從而也帶動起台灣人學習越南語的風氣，這也可從台灣主要大學均已開設越南語的學習課程窺知。因此，在可預見的未來，台灣學習越南語的人口必然也會愈來愈多。

　　在上述學習越南語的時代趨勢下，吳庭葳老師的這本《越南語完全自學手冊》堪稱是為台灣學生量身定做的教材。這本著作累積了吳老師 30 多年的豐富教學經驗，她深知台灣人學習越南語的種種障礙與克服秘訣，用淺顯易懂的方式，讓初學者可以順利上手，相當難能可貴。

　　我最近才有幸協助吳庭葳老師完成她父親吳鈞先生的傳記，深知吳老師成長在一個具有歷史文化涵養的華僑家庭，父親更是台灣編寫越南語教材及出版《越南歷史》的第一人，因此吳老師對語言教學與歷史文化的興趣，可說是從小深受父親的薰陶。市面上或許已有不少越南語的基礎教材，但要遇到如此熟知台灣與越南兩地歷史文化與語言教學的人才，堪稱鳳毛麟角，這應是這本《越南語完全自學手冊》與其他教材相較起來，最不同且最珍貴之處。

國立臺灣師範大學東亞學系教授兼系主任

作者序

　　筆者從事越南語教學工作已超過 30 年，在這過程中發現到，台灣學生在學習越南語的過程中，發音是一道不容易跨越的門檻，聲韻調方面一旦發音錯誤，也容易讓人誤解詞意，因此著手撰寫此書，希望透過簡單易懂的方式，使學習者能將已有的語言學習經驗，轉移到學習越南語上，順利突破發音的困難點。

　　學習一門語言，無論是母語、本國語或者是外語，無非是透過「聽」、「說」加上「讀」、「寫」這四個階段的學習歷程而學會的。而「聽」與「說」是學習語言的基本功，「聽」是將接收到的聲音儲存在腦中的記憶庫，「說」則是重現記憶裡的聲音。兒時學習母語，正是因為長輩及眾人的提醒，不斷地示範發音，並且經過自己持續地修正才能把音說得正確。學習外語其實也是如此。只不過還需要透過認識字母的發音方式，去掌握發音技巧。

　　除了讓學習者在腦海中建立新的聲韻調系統，如：th 發「ㄊ」，有別於英語的發音方式；ua 發「ㄨㄛ」，異於一般一個母音（u 發「ㄨ」）結合另一個母音（a 發「ㄚ」）的拼音方式；至於一般人誤以為與中文第二聲同調的銳聲「　」（dấu sắc），其實越南語音調是更高的。此外，在音標上，筆者詳細書寫容易被忽略的長短音，也以較接近原音的國語注音、台灣當地方言及英語發音，以及在字音旁加上抽象符號提醒學習者音調高低來輔助學習。

　　本書藉由這些輔助發音的方式，希望學習者在過程中，能更精準地掌握發音到位的技巧，以利後續的實際應用。

吳庭葳

第一篇

關於越南語

○ SECTION 01
越南文字的起源

　　在西元前 2524 ～ 258 年的遠古時代，有個叫做「文郎國」的國家，是原始南亞語系的其中一支，當時只有稱為「喃語」的語言，屬古越南語所具有的原始南亞語語音，而當時究竟有沒有自己的文字，還是一個未解之謎。在「東山文化」（西元前 700 年～ 100 年）時期相當精緻的陶器及黃銅器物中，也找不出答案。現代語言學家追溯越南語起源，是從「越——芒族」分離後窺出端倪，推測當時官方文書可能是用古印度梵文。

○ SECTION 02
越南文字的形成與發展

　　越南文字的形成，經歷了一段漫長的旅程。先後受到漢字、喃字影響，最終因歐洲傳教士的關係轉變為拉丁化的拼音文字。

　　現代越南語是有聲調的獨立單音節文字，以拉丁字母組合拼音為基礎。19 世紀末葉，越南淪為法國殖民地時，由西方的法國傳教士亞歷山大‧羅德（Alexandre de Rhodes），借用羅馬字母拼音法將越南語拉丁化，創造出今日的越南文。

　　越南語（Tiếng Việt）或國語（Quốc ngữ）是越南的正式官方語言，官方文字為「國語字」。發音部份分為北部、中部和南部等三個地方方言區，以北部河內和南部胡志明市的越南語為主，尤其是首都河內所使用的越南語為「越南標準語」。

越南文字的形成與發展經歷三個階段：

第一階段 「漢字」的出現

越南在遠古時代的雄王時期稱為「文郎國」，之後被安陽王改名為「甌貉國」。西元前 221 年，遭受中國秦朝侵略後，隸屬中國版圖，成為交趾郡。西元前 207 年，中國先秦南海郡太尉趙佗建「南越國」，其疆域涵蓋今之中國兩廣地區、越南以及海南島。因那時越南還未有文字發明，當地越南人只有「喃語」的語言，所以漢人與越人交往時，是以漢語和漢字為主，越南的史書所使用的文字也全是漢字，又稱為「儒字」（chữ Nho）。此後，歷經東漢、六朝、隋、唐，直到南漢（五代十國），越南在中國封建王朝統治下，漢字的使用長達 1146 年之久。

第二階段 「喃字」（字喃 Chữ Nôm）的產生

西元 938 年，交州（越南）吳權起義，脫離了中國統治，形成半獨立自主後，10 世紀末創建了「喃字」（又稱「漢喃字」），越南才開始擁有了自己的文字。「喃字」的創立，是改編漢字以適應「喃語」的發音，也就是由越南語的方言語音加上漢字字義結合而成，用以表記越南語，成為越南民族語言的書寫系統。至 13 世紀，由於「喃字」逐漸發展，形成兼採「漢、喃」兩種文字同時使用的情形。

最初，「喃字」用於記錄人名、地名，後來逐漸普及並進入民間生活與國家文化，使「喃字」的發展越來越完善。在 14 世紀「胡朝」和 18 世紀「西山王朝」時期，均曾一度想將「喃字」列入科舉考試及官方行政文書，但都未能實現。這個「喃字」在越南歷史上稱為「國語字」，又稱為「國文」，歷經七個王朝，在民間廣泛使用至 19 世紀末，流行了六百多年，尤其適用於文學作品、詩詞創作等方面。

第三階段 「越南字」的發展

　　越南脫離漢字，與 16 世紀中葉歐洲傳教士們開始在東南亞進行宗教傳播活動，有很密切的關係。傳教士們學習越南語時，是用羅馬字拼音來標記越南語語音，制訂出一種書寫的文字，作為表達的工具。

　　由於西方傳教士用羅馬字拼音法將越南語拉丁化，創造出現代越南文字。當時拉丁字母拼音的越南文，是葡萄牙、法國、義大利、西班牙傳教士所共同創制，最值得注意的是一位法籍神父 —— 亞歷山大・羅德（Alexandre de Rhodes），他最大的貢獻是將當時不同的記音方法統一起來，並於 1651 年在義大利羅馬出版《越南─葡萄牙─拉丁辭典》（現在稱為《越葡拉辭典》），成為第一本越文辭典與越文語法的傳教工具書。一開始只是作為傳教使用，到了 19 世紀末法國殖民越南後，法國當局強行定下統一文字制度，這套拉丁化的越南「國語字」才正式廣泛流傳及發揚，取代流行六百多年的「漢喃字」。

　　越南的官方「國語字」，起初只是為了讓殖民者利於統治，往後因使用上方便（見其字即可讀其音），且字母聲調易學，為增進其更加普遍使用，經過不斷地改進與發展，便形成今日的拉丁化越南語。

◆ 越葡拉辭典（1651 年）

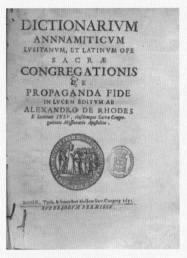

▲ 1651 越葡拉辭典封面印刷版　　▲項目「A」

圖片來源：Wikimedia Commons 資料庫

◆ 越南古字：「喃字」或「漢喃字」

圖片來源：https://is.gd/WxShWJ

﹡巴黎—1871 年支那詩詞—阿貝爾德·米歇爾斯（Abeldes Michels）

圖片及資料來源：https://is.gd/XbwJFj ／ https://is.gd/Bw87RH

◆「漢喃字」與「越南字」對照

碎吶㗂 越 南

Tôi nói tiếng Việt Nam

中譯

我說越南語

歪霶汜蓓汜坡
汜橵汜蘿埃鯯汜罨

Trời mưa ướt bụi ướt bờ
Ướt cây ướt lá ai ngờ ướt em

詩義

雨天打濕了岸邊塵土
濕了樹葉，誰料連妳也被弄濕

圖片及資料來源：https://is.gd/03OhmA

些貚扝迮薜賒齀秷媄
羺自由如没翅鴣鵬
些𠬠詿朱䒷吧朱別包𠊛
琨婑
固包睭詿朱媄些空？

Ta ra đi mười năm xa vòng tay mẹ
Sống tự do như một cánh chim bàng
Ta làm thơ cho đời và cho biết bao người
con gái
Có bao giờ thơ cho mẹ ta không?

詩義

吾離母親懷抱拾載
如鵬鳥般自由自在
吾作詩予世人及無數嬌娘
豈曾為母親提寫過詩焉？

圖片及資料來源：https://is.gd/jih1Pf

◆ 漢字影響越南語中的「漢越詞」

　　越南在北屬時期（中國統治時期）的官方行政書寫文字，原本使用漢字，獨立之後則使用「喃字」（或稱為「漢喃字」）。現今已經使用羅馬拼音文字的「國語字」（chữ quốc ngữ）書寫，但因越南經過中國千年歷史的漢字影響，越南語裡仍有大量漢越詞（Từ Hán Việt）。這是指由漢語詞彙腔調所發出的漢喃音，衍生為一種特定的讀音，稱為「越南漢越詞」，佔「喃語」的發音比例有 60%，因此越南語的地名、政治、文學、宗教、醫學及科學的專業詞彙等，均沿用「漢越詞」。越南人給子女命名多會採用「漢越詞」的名字，如：李常傑 Lý Thường Kiệt，陳功正 Trần Công Chính……，但在鄉村地區或老一輩的人，也有時會使用固有的越南詞來命名。

漢越詞名字對照	
Trần văn Trung	陳文中
Châu Lệ Hoa	周麗華
Lý Thành Thái	李成泰
Bùi văn Huy	裴文輝

漢越專有名詞對照			
Công an	公安	Luật sư	律師
Quốc gia	國家	Di sản	遺產
Từ điển	辭典	Nông phu	農夫
Triều đại	朝代	Phong phú	豐富

越南語文字簡介

① 基本越南語字母

　　越南字是由子音、複合子音、母音、複合母音、尾音和聲調所構成。基本字母共有29個：12個母音（元音）、17個子音（輔音）和6個聲調。

字母的發音方式分為兩種：

▶ 第一種：「字母名稱」，是字母單獨唸的發音。
▶ 第二種：「字母讀音」，是拼音時用的讀音。

越南語共有 146 音，有些發音相同，可以直接發同音，減少發音太多的困擾，所以北音常用的為 132 音，南音則為 120 音。

字母表 ▶MP3 1-01　*全書 MP3 音檔 QR 請見書名頁

字母	字母名稱	字母讀音	國語注音	音標
A	a	a	ㄚ	[a:]
Ă	á	á	ㄚ↗	[a]
Â	ớ	ớ	ㄜ↗	[ə]

字母	字母名稱	字母讀音	國語注音	音標
B	bê	bờ	ㄅㄜˋ	[b]
C	xê	cờ	ㄍㄜˋ (舌根)	[g]
D	dê	dờ	ㄖㄜˋ 一ㄜˋ	北 [z] 南 [j]
Đ	đê	đờ	ㄉㄜˋ (舌尖)	[ɗ]
E	e	e	ㄝ (嘴形扁平)	[æ]
Ê	ê	ê	ㄝ	[ɛ]
G	giê	gờ	ㄍㄜˋ (喉音)	[ɣ]
H	hát	hờ	ㄏㄜˋ	[h]
I	i	i=y (發音相同)	他 (台語)	[i]

字母	字母名稱	字母讀音	國語注音	音標
K	ca	ca	ㄍㄚ （舌根音）	[ga]
L	e-lờ	lờ	ㄌㄜˋ	[l]
M	em-mờ	mờ	ㄇㄜˋ	[m]
N	en-nờ	nờ	ㄋㄜˋ	[n]
O	o	o	ㄛ （嘴形張大）	[ɔ]
Ô	ô	ô	黑ㄛ （台語）	[o]
Ơ	ơ	ơ	ㄜ	[ə:]
P	pê	pờ	ㄅㄜˋ	[p]
Q	qui /cu	quờ	ㄍㄨㄛˋ	[gw]

字母	字母名稱	字母讀音	國語注音	音標
R	e-rò	rò	ㄖㄜˋ	北 [z] 南 [r]
S	ét-sì	sò	ㄕㄜˋ	北 [s] 南 [ʂ]
T	tê	tờ	ㄅㄜˋ	[d]
U	u	u	ㄨ	[u]
Ư	ư	ư	ㄖ（喉嚨音）	[ɯ]
V	vê	vờ	Vㄜˋ	北 [v] 南 [j]
X	ích –xì	xờ	ㄙㄜˋ	[s]
Y	y-cờ-rét y dài	i=y（發音相同）	他（台語）	[i]

印刷體大寫	印刷體小寫	手寫體大寫	手寫體小寫
A	a	𝒜	𝒶
Ă	ă	𝒜̆	𝒶̆
Â	â	𝒜̂	𝒶̂
B	b	ℬ	𝒷
C	c	𝒞	𝒸
D	d	𝒟	𝒹
Đ	đ	𝒟	đ

印刷體大寫	印刷體小寫	手寫體大寫	手寫體小寫
E	e	*E*	*e*
Ê	ê	*Ê*	*ê*
G	g	*G*	*g*
H	h	*H*	*h*
I	i	*I*	*i*
K	k	*K*	*k*
L	l	*L*	*l*

印刷體大寫	印刷體小寫	手寫體大寫	手寫體小寫
M	m	$\mathcal{M}$	m
N	n	$\mathcal{N}$	n
O	o	$\mathcal{O}$	o
Ô	ô	$\hat{\mathcal{O}}$	$\hat{o}$
Ơ	ơ	$\mathcal{O}$	$ơ$
P	p	$\mathcal{P}$	p
Q	q	$\mathcal{Q}$	q
R	r	$\mathcal{R}$	r

印刷體大寫	印刷體小寫	手寫體大寫	手寫體小寫
S	s	𝒮	𝓈
T	t	𝒯	𝓉
U	u	𝒰	𝓊
Ư	ư	𝒰	𝓊
V	v	𝒱	𝓋
X	x	𝒳	𝓍
Y	y	𝒴	𝓎

② 聲調 ▶MP3 1-02

現代越南語屬於拼音語言，以**羅馬字母**拼音的**子音**和**母音**結合聲調來發音，拼音方式類似國語注音。越南語共有 6 個**聲調**，書寫時會放在該字的母音上方或下方，但只用 5 個聲調符號，因**平聲**不用符號。同樣的字，若**聲調**不同，意義會不一樣，因此書寫時必需留意。

	1	2	3	4	5	6
聲調	平聲	銳聲	玄聲	問聲	跌聲	重聲
thanh điệu	ngang	sắc	huyền	hỏi	ngã	nặng
符號	▬	╱	╲	?	~	·
聲調圖示	—	╱	╲	~	∨	~
例 1	ma	má	mà	mả	mã	mạ
例 2	ha	há	hà	hả	hã	hạ

本書將借用近似越南語的國語注音或台灣本地方言（台語）來標註發音，讓學習者能更容易上手。但因越南北部、南部發音有點不同，特別是聲調的第 4 聲「問聲」**?**和第 6 聲「重聲」**·**，以下筆者以箭頭圖示來分辨高、低音，讓大家學習越南語聲調更為方便，分別如下：

1	平聲	━	類似中文的第一聲。
2	銳聲	╱	類似中文的第二聲（ˊ），但越南語發音直接往上發高音↗，而且高過中文的第二聲。
3	玄聲	╲	類似中文的第三聲（ˇ）但越南語發音直接往下↘，不會像中文有往下再上揚的音。
4	問聲	?	北 類似中文的第二聲（ˊ），但越南語的音稍微低一些。 南 類似中文的第二聲（ˊ），但越南語有點彎而慢慢拉高音↗，尾音比中文再高一點。
5	跌聲	~	類似中文的第二聲（ˊ），但越南語有點彎而慢慢拉高音↗，尾音比中文再高一點。 **注意** 南部音第 4 聲「問聲」與第 5 聲「跌聲」發音相同，皆讀為「跌聲」。
6	重聲	·	北 發音如中文的輕聲（·），聲音短促且低↘。 南 類似中文的第三聲（ˇ），但越南語發音完全往下再稍微拉平一點點↘。

③ 拼音結構

▶ 越南語都是由聲母和韻母組成一個單音節字，類似國語注音。

> 國語注音聲母：ㄅㄆㄇㄈㄉㄊㄋㄌㄍㄎㄏㄐㄑㄒㄓㄔㄕㄖㄗㄘㄙ
> 國語注音韻母：ㄚㄛㄜㄝㄞㄟㄠㄡㄢㄣㄤㄥㄦ

❶ 韻腹、韻尾　　　：二個韻母結合。
❷ 韻頭、韻腹、韻尾：三個韻母結合。

如下圖：

	聲調		
聲母	韻母		
âm đầu （頭音）	韻頭 âm đệm （墊音）	韻腹 âm chính （主音）	韻尾 âm cuối （尾音）

例表 ❶ cãi 辯駁（二個韻母結合、沒有韻頭）

	聲調符號 ～		
聲母	韻頭	韻腹	韻尾
c		a	i

例表 ❷ toàn 全（三個韻母結合）

	聲調符號 ＼		
聲母	韻頭	韻腹	韻尾
t	o	a	n

例表 ❸ chuyển 轉（三個韻母結合）

	聲調符號 ？		
聲母	韻頭	韻腹（雙母音）	韻尾
ch	u	yê	n

例表 ❹ khuya 深夜（三個韻母結合、沒有韻尾）

	聲調符號		
聲母	韻頭	韻腹（雙母音）	韻尾
kh	u	ya	

⭐ 母音（元音）

▶ 越南語有 9 個單母音和 3 組雙母音。

Ⓐ 9 個單母音

a	o	ô	ơ	
e	ê	u	ư	i / y

📢 9 個單母音字母發音表

字母	字母名稱	讀音	相似音	音標
❶ A	a	a	ㄚ	[a:]
Ă	á	á	ㄚ ↗	[a]
Â	ớ	ớ	ㄜ ↗	[ə]
❷ E	e	e	ㄝ （嘴形扁平）	[æ]

字母	字母名稱	讀音	相似音	音標
❸ Ê	ê	ê	ㄝ	[ɛ]
❹ I	i / y （發音相同）	i	他 （台語）	[i]
❺ O	o	o	ㄛ （嘴形張大）	[ɔ]
❻ Ô	ô	ô	黑ㄛ （台語）	[o]
❼ Ơ	ơ	ơ	ㄜ	[ə:]
❽ U	u	u	ㄨ	[u]
❾ Ư	ư	ư	日 （咬齒音）	[ɯ]

Ⓑ 3 組雙母音

iê	uô	ươ
ia → iê	ua → uô	ưa → ươ

▶ 此 3 組雙母音，依據後面是否有接子音或母音，寫法有所改變。

▶ 當此 3 組雙母音後面接子音或母音時：

❶ ia 改寫為 iê / yê

❷ ua 改寫為 uô

❸ ưa 改寫為 ươ

▶ 另外，當雙母音 ia 的前面有母音 u 組合時，如 uia，就要改為 uya。

3 組雙母音字母發音表　▶ MP3 1-03

雙母音	讀音	相似音	音標
❶ ia	iê	ㄧㄝ	$[i\varepsilon]$
❷ ua	uô	ㄨㄛ（圓嘴形）	$[u\backsupset]$
❸ ưa	ươ	厄（咬齒長音）	$[\text{w}\Theta]$

ia → iê , yê, ya （一ㄝ）

前面有無子音都可單獨使用：

ỉa、bia、kia、tía、xỉa、đĩa、thìa

ia **iê** 當 **ia** 前面有子音，後面有韻尾，改寫為 **iê**

iê＋n　＝　iên（tiền、liên）

iê＋ng　＝　iêng（siêng、miếng）

iê＋u　＝　iêu（siêu、miếu）

iê＋c　＝　iêc（tiệc、xiếc）

iê＋t　＝　iêt（viết、kiệt）

yê 當 **ia** 前面無子音，後面有韻尾，改寫為 **yê**

iê＋n　＝　iên → yên（yên tĩnh）

iê＋u　＝　iêu → yêu（yêu thích）

ya 當 **ia** 前面有子音、韻頭 **u**，改寫為 **ya**

u＋ia　＝　uia → uya（khuya）

例如 ❷

| **ua** | → | uô（ㄨㄛ） |

cua、đua、mua、chua、thua

ua — uô 當 **ua** 後面有韻尾，改寫為 **uô**

uô + i　＝ uôi（cuối、đuôi、suối、tuổi）

uô + n　＝ uôn（luôn、muốn、suôn、tuôn）

uô + ng ＝ uông（buông、tuông、xuống）

uô + c　＝ uôc（buộc、cuộc、thuốc）

uô + t　＝ uôt（chuột、suốt、tuốt）

例如 ❸

| **ưa** | → | ươ（厄：咬齒長音） |

cưa、lửa、mưa、chưa、xưa

ưa — ươ 當 **ua** 後面有韻尾，改寫為 **ươ**

ươ + i　＝ ươi（cười、bưởi、tươi、mười）

ươ + n　＝ ươn（bướn、mượn、sườn）

ươ + ng ＝ ương（sướng、tường、thương）

ươ + c　＝ ươc（bước、lược、thước）

ươ + p　＝ ươp（cướp、mướp、tướp）

ươ + t　＝ ươt（lượt、trượt、sướt）

C 複合母音

發音技巧

▶ 複合母音是二合或三合母音，凡是前面母音是 o 或 u，發音時嘴形先嘟出，如中文「烏」音，發音會比較準確。

◆ 複合母音

共有 23 個，其中有 3 個 ia、ua、ưa（以下標紅色字）是屬於「雙母音」。還有 2 個幾乎是發同音，如：ai 與 ay、ao 與 au（以下標藍色字），扣除這 5 個字，剩下就是主要的 18 個複合母音。

ai	ay	ây	ao	au	âu	eo	êu
ia	iu	oa	oe	oi	ôi	ơi	
ua	uê	ui	uơ	uy	ưa	ưi	ưu

複合母音	國際拼音	相似音	音標
❶ ai/ay	aai / ai	ㄞ	[ai:] [ai]
❷ ây	ei	ㆊ	[ei]
❸ ao/au	aau / au	ㄠ	[au]
❹ âu	ou	ㄡ	[ou]
❺ eo	eo	æ ㆆ	[eɔ]
❻ êu	eu	ㄝㄨ	[ɛu]
❼ iu	iu	ㄧㄨ	[iu]
❽ oa	waa	ㄨㄚ	[wa:]
❾ oe	we	ㄨㄝ	[Wæ]

複合母音	國際拼音	相似音	音標
❿ oi	ooi	ㄛㄧ（張口）	[ɔi]
⑪ ôi	oi	ㄛㄧ（收口）	[oi]
⑫ ơi	uei	ㄜㄧ	[əi]
⑬ uê	wê	ㄨㄝ	[uɛ]
⑭ ui	wui	ㄨㄧ	[ui]
⑮ uơ	weu	ㄨㄜ	[uə]
⑯ uy	wi	ㄨㄟ	[wi]
⑰ ưi		ㄨㄧ（咬齒）	[ɯi:]
⑱ ưu	iu / u	ㄧㄡ / ㄨ	北[iu] 南[u]

複合母音拼音練習　▶ MP3 1-05

▶ 借用國語注音或相似音模擬發音。

❶

ai	ay	ây	ao	au	âu
ㄞ	ㄞ（ㄟ）	ㄟ	ㄠ	ㄠ（ㄡ）	ㄡ
hai	máy bay	mây	cao	cau	câu
二、兩	飛機	雲	高	檳榔	釣
tai	tay	tây	xào rau	lau bàn	lâu
耳朵	手	西	炒菜	擦桌子	久

❷

eo	êu	ia	iu	oa	oe
ㄝㄛ	ㄝㄨ	ㄧㄝ	ㄧㄨ	ㄨㄚ	ㄨㄝ
mèo	kêu	mía	dịu	hoa	xoè
貓	叫	甘蔗	柔	花	展開
heo	thêu	chia tay	chíu	khoa	khoẻ
豬	刺繡	分手	遷就	科	健康

❸

oi	ôi	ơi	ua	uê	uơ
ㄛㄧ	ㄛㄧ	ㄜㄧ	ㄨㄛ	ㄨㄝ	ㄨㄜ
coi	tôi	dơi	cua	thuê xe	thuở
看	我	蝙蝠	螃蟹	租車	時候

❹

ui	uy	ưa	ưi	ưu
ㄨㄧ	ㄨㄟ	厄 （咬齒）	ㄨㄧ （咬齒）	ㄨ （咬齒）
túi	tuy	mưa	chửi	cừu
袋子	雖然	下雨	罵	綿羊

◆ **三合母音**

　　三合母音共有 12 個，其中有些發音相似，如：oai 與 oay、iêu 與 yêu（以下標紅色字），扣除了這 2 個字，剩下 10 個就是主要的三合母音。此外，三合母音有 3 個字：uôi、ươi、ươu，也幾乎跟複合母音 ui、ưi、 ưu（以下標藍色字）為相似音，讀者可直接發同音，減少發音太多的困擾。

oai	oay （短音）	uây （短音）	uya
oeo	oen	iêu / yêu	
uôi （ui）	uyu	ươi （ưi）	ươu （ưu）

三合母音	國際拼音	相似音	音標
❶ oai/oay	waai / wai	ㄨㄞ	[wai:] [wai]
❷ uây	wei	ㄨㄟ	[wei]
❸ uya	wia	ㄩㄝ	[uiɛ]
❹ oeo	weo	well（英語）	[w:ɛl]
❺ oen	wen	when（英語）	[w:en]
❻ iêu/yêu	iu	ㄧㄨ	[iu]
❼ uôi	wui	ㄨㄧ	[w:ui]
❽ uyu	wiu	wiu	[wil]
❾ ươi		ㄨㄧ（咬齒）	[ɯi:]

三合母音	國際拼音	相似音	音標
❿ ươu/ưu	iu / u	一ㄡ	北 [iu] 南 [u]

三合母音拼音練習　▶ MP3 1-07

▶ 借用國語注音或相似音模擬發音。

❶

oai	oay	uây	uya	oeo	oen
ㄨㄞ	ㄨㄞ（ㄟ）	ㄨㄟ	ㄩㄝ	well（英語）	when（英語）
xoài	xoay	quầy	khuya	ngoằn ngoèo	khoen
芒果	轉動	櫃檯	深夜	蜿蜒	環

❷

iêu	uôi	uyu	ươi	ươu
一ㄨ	ㄨ一	will（英語）	ㄨ一 （咬齒）	ㄨ （咬齒）
tiêu	nuôi	khuỷu tay	tươi	hươu
胡椒	養	手肘	新鮮	鹿
miếu	tuổi	-	bưởi	rượu
小廟	歲		柚子	酒

⭐ 子音（輔音）

▶ 共有 17 個子音和 9 個複合子音。

Ⓐ 17 個子音

　　子音共有 17 個，但 p 與 q（以下標紅色字），除了單字 pin（電池）以外，不會單獨使用，須結合字母 h、u → ph、qu 才能拼音，因此主要的子音共有 15 個。

b	c	d	đ
g	h	k （同字母名稱唸法）	l
m	n	r	s
t	v	x	p / q

15 個主要子音字母發音表

字母	字母名稱	讀音	相似音	音標
❶ B	bê	bờ	ㄅㄛˋ	[b]
❷ C	xê	cờ	ㄍㄛˋ	[g]
❸ D	dê	dờ	Zㄛˋ 北 / 一ㄛˋ 南	北[z] 南[j]
❹ Đ	đê	đờ	ㄉㄛˋ（舌尖）	[d]
❺ G	giê	gờ	ㄍㄛˋ（喉音）	[ɣ]
❻ H	hát	hờ	ㄏㄛˋ	[h]
❼ K	ca	ca	ㄍㄚ	[g]
❽ L	e-lờ	lờ	ㄌㄛˋ	[l]
❾ M	em-mờ	mờ	ㄇㄛˋ	[m]

字母	字母名稱	讀音	相似音	音標
⑩ N	en-nờ	nờ	ㄋㄜˋ	[n]
P	pê	pờ	ㄅㄜˋ	[p]
Q	qui /cu	quờ	ㄍㄨㄛˋ	[gw]
⑪ R	e-rờ	rờ	ㄖㄜˋ	北 [z] 南 [r]
⑫ S	ét-sì	sờ	ㄕㄜˋ	北 [s] 南 [ʂ]
⑬ T	tê	tờ	ㄉㄜˋ	[d]
⑭ V	vê	vờ	Vㄜˋ	北 [v] 南 [j]
⑮ X	ích –xì	xờ	ㄙㄜˋ	[s]

子音結合母音拼音練習　▶MP3 1-08

母 子	a	o	ô	ơ	e	ê	u	ư	i (y)
b	ba	bo	bô	bơ	be	bê	bu	bư	bi
d	da	do	dô	dơ	de	dê	du	dư	di
h	ha	ho	hô	hơ	he	hê	hu	hư	hi
l	la	lo	lô	lơ	le	lê	lu	lư	li (ly)
m	ma	mo	mô	mơ	me	mê	mu	mư	mi (ly)
s	sa	so	sô	sơ	se	sê	su	sư	si
t	ta	to	tô	tơ	te	tê	tu	tư	ti (ty)

Ⓑ 複合子音

　　越南語沒有雙子音，只有用兩個字母結合來表記一個音，稱為「複合子音」。複合子音共有12個，其中有2個 g＝gh／ng＝ngh 同音（以下標紅色字），因此主要的複合子音為10個。從這些複合子音中，可看出它們是來自歐洲國家傳教士的母語——羅馬拼音文字。

- ch 　　　　　來自法、西班牙語。（如：chofer、chuletas）
- nh、ph 　　　來自葡萄牙語。（如：nhagente、pheasant）
- gh、gi 　　　來自義大利語。（如：ghetto、Giuseppe）
- tr 　　　　　來自法語。（如：travailler、très）
- c、k、qu 　　源自希臘字母和拉丁字母。（如：Canis、kinesis、quo vadis）

ch	g＝gh	gi	kh	ng＝ngh
nh	ph	qu	th	tr	

補充說明：

1）「gi」和「qu」：子音 g 結合母音 i；子音 q 結合母音 u。
　　除這兩組子音與母音結合以外，其他皆為子音與子音結合。

2）「g＝gh」、「ng＝ngh」這兩組發音是完全相同的。

10 個主要複合子音字母發音表 ▶ MP3 1-09

字母	讀音	相似音	音標
❶ ch	chờ	ㄗㄜ↘	[dz]
❷ g / gh	gờ	ㄍㄜ↘ （喉音）	[ɣ]
❸ gi	di	伊 北[z] 南[j]	
❹ kh	khờ	ㄎㄜ↘	[k]
❺ ng /ngh	ngờ	ㄥㄜ↘ （鼻音）	[ŋ]
❻ nh	nhờ	ㄋㄧㄜ↘ （咬齒）	[ɲ]
❼ ph	phờ	ㄈㄜ↘	[f]
❽ qu	quờ	ㄍㄨㄜ↘	[gw]
❾ th	thờ	ㄊㄜ↘	[t]
❿ tr	trờ	ㄓㄜ↘	[tʂ]

複合子音結合母音拼音練習　▶MP3 1-10

母 子	a	o	ô	ơ	e	ê	u	ư	i
ch	cha	cho	chô	chơ	che	chê	chu	chư	chi
kh	kha	kho	khô	khơ	khe	khê	khu	khư	khi
ng	nga	ngo	ngô	ngơ	nghe	nghê	ngu	ngư	nghi
ph	pha	pho	phô	phơ	phe	phê	phu	phư	phi
th	tha	tho	thô	thơ	the	thê	thu	thư	thi

● 子音規則

▶ 共有 3 種子音拼音規則寫法，但發音是相同的。

拼音 ❶ [c = k] 《音（二拼音發音相同）

ca	co	cô	cơ	cu	cư
ke	Kê	ki	ky		

拼音 ❷ [g＝gh] 喉音（二拼音發音相同）

ga	go	gô	gơ	gu	gư
ghe	ghê	ghi			

拼音 ❸ [ng＝ngh] 鼻音（二拼音發音相同）

nga	ngo	ngô	ngơ	ngu	ngư
nghe	nghê	nghi			

注意 [d＝gi] 北 Z／南 伊（二拼音發音相同）

da	do	dô	dơ	du	dư
gia	gie	gi	giơ	giu	giư

補充 北部此 3 個子音發音相同：d、gi、r＝[Z]。

Ⓓ 子音韻尾（尾音）

▶ 越南語共有 8 個尾音：m、n、ng、nh、c、t、p、ch。

◆ m、n、ng、nh

m	n	ng	nh

發音技巧

m ：收音時，雙唇緊閉。

n ：收音時，舌尖置於上下排牙齒中間。

ng ：收音時，發鼻音。

nh ： 北 發音時收音短促，舌頭須後縮。

　　 南 發音時收音短促，舌頭須放在上排牙齒後的硬顎。

▶ 例如：am、em、en、ang、anh、inh

36 個母音結合子音韻尾組合表
＊標藍色的與前字發同音
不計入 36 個組合

A	am ăm âm	an ăn ân anh	ang ăng âng	
E	en ên ênh	em êm		
I	im iêm yêm	iên yên iêng	in inh	
O	om ôm ơm	on ôn ơn	ong ông	
O	oam oan oang	oăn oăng	oen oanh	
U	um un ung	uôm uôn uông		

U	uân	uyên		uênh	uynh	
Ư	ưn	ưng		ươm	ươn	ương

子音韻尾拼音練習　▶MP3 1-11

①

子＼母	am	ăm	âm	an	ăn	ân
b	bam	băm	bâm	ban	băn	bân
d	dam	dăm	dâm	dan	dăn	dân
l	lam	lăm	lâm	lan	lăn	lân

②

子＼母	om	ôm	ơm	on	ôn	ơn
c	com	côm	cơm	con	côn	cơn
s	som	sôm	sơm	son	sôn	sơn
th	thom	thôm	thơm	thon	thôn	thơn

③

子＼母	em	êm	en	ên
k	kem	kêm	ken	kên
đ	đem	đêm	đen	đên
x	xem	xêm	xen	xên
th	them	thêm	then	thên

④

子＼母	um	ưm	un	ung	ưn	ưng
h	hum	hưm	hun	hung	-	hưng
s	sum	-	sun	sung	-	sưng
ch	chum	-	chun	chung	chưn	chưng

⑤

子＼母	on	ong	ung
c	con	cong	cung
s	son	song	sung

◆ c、t、p、ch

c	t	p	ch

發音技巧

注意 此四個尾音為短促發音，聲調符號只有銳聲（ ╱ ）和重聲（ • ），不是短促高音就是短促低音，不會出現其他聲調符號。

c ：收音短促，嘴巴微張，嘴型停在ㄍ的狀態。

t ：北 收音短促，舌尖置於上下兩排牙齒中間。

　　南 收音短促，嘴巴微張，嘴型停在ㄍ的狀態。

p ：收音短促，雙唇緊閉

ch ：北 發音時收音短促，舌頭須後縮。

　　 南 發音時收音短促，舌頭須放在上排牙齒後的硬顎。

▶ 例如：các、tét、hót、hộp、kịp、tiếp、éch、lịch

A	ac	ăc	âc	ach		at	ăt	ât		ap	ăp	âp
E	et	êt	êch			ep	êp					
I	it	ich	ip			iêc	iêt	iêp				
O	oc	ôc				ot	ôt	ơt		op	ôp	ơp
O	oac	oat				oăc	oăt			oet		
U	uc	ut	up			uôc	uôt			uât		
U						uyt	uyêt			uêch	uych	
Ư	ưc	ưt				ươc	ươt	ươp				

子音韻尾拼音練習 ▶MP3 1-12

❶

子 \ 母	ac	ăc	âc	子 \ 母	ap	ăp	âp
b	bác	bắc	bấc	**c**	cáp	cắp	cấp
l	lạc	lắc	lấc	**n**	nạp	nắp	nấp
t	tác	tặc	tấc	**th**	tháp	thắp	thấp

❷

子 母	et	êt	ep	op	it	ip
m	mét	mệt	mép	móp	mít	-
h	hét	hết	hẹp	họp	hít	híp
t	tét	tết	tép	tóp	tít	típ

❸

子 母	uc	ut	ưc	ươc	iêt	iêp
l	lúc	lụt	lực	lược	liệt	liếp
n	núc	nút	nực	nước	niết	-
th	thục	thụt	thức	thước	thiết	thiệp

❹

子 母	oc	oat	oăt	uôt	uât	uyt	uyêt
s	sóc	soát	-	suốt	suất	suýt	-
t	tóc	toát	-	tuốt	tuất	tuýt	tuyệt
th	thóc	thoạt	thoắt	-	thuật	-	thuyết

越南語數字

　　初學者學習越南語的數字，要先從越南語拼音開始，因為越南字是拼音文字，看字就可以發音。透過拉丁字母為基礎的拼音結構，由聲母、韻母加聲調結合組成的音節，所以數字也可直接拼出一個音節。以下借用國語注音或相似音來模擬越南語數字的發音，方便讀者學習。

數字從 0 到 10　▶MP3 1-13

阿拉伯數字	越南語數字	拼音	相似音
0	không	kong	空 （國語）
1	một	mok ↘	抹 （國語）（輕聲）
2	hai	haai	嗨 （國語）
3	ba	baa	巴 （國語）
4	bốn	bong ↗	甭 （國語）（ㄅㄨㄥˊ）

阿拉伯數字	越南語數字	拼音	相似音
5	năm	nam	南 （國語）（嘴閉）
6	sáu	saau ↗	ㄅ （國語）
7	bảy	bai ⤴	白 （國語）
8	tám	daam ↗	單 ↗ （國語）（嘴閉）
9	chín	zin ↗	金 ↗ （國語）
10	mười	mui ↘	美 （國語）

數字從 11 到 19　▶MP3 1-14

▶ 數字 mười（10）+ 1 = 11，按照數字順序唸成 mười một（11）、
mười hai（12）、mười ba（13）……

▶ 數字「năm」除了 5 以外，15 之後（含 15）的個位數皆可唸成「lăm」，
如 mười lăm（15）、hai lăm（25）、ba lăm（35）……

阿拉伯數字	越南語數字	阿拉伯數字	越南語數字
11	mười một	16	mười sáu
12	mười hai	17	mười bảy
13	mười ba	18	mười tám
14	mười bốn	19	mười chín
15	mười năm（lăm）	-	-

數字 20、30、40······ ▶MP3 1-15

請注意：數字「十」在 20 之後有少許規則變化

▶ 數字 mười（10）在 20、30、40······90 的時候，「mười」的唸法要改為「mươi」。

▶ 口語整數「十」也可唸為「chục」（國語注音 ㄗㄨˋ ，唸輕聲）。

例如　20：hai mươi（hai chục）

　　　　30：ba mươi（ba chục）

　　　　40：bốn mươi（bốn chục）······

阿拉伯數字	越南語數字	阿拉伯數字	越南語數字
20	hai mươi（chục）	60	sáu mươi（chục）
30	ba mươi（chục）	70	bảy mươi（chục）
40	bốn mươi（chục）	80	tám mươi（chục）
50	năm mươi（chục）	90	chín mươi（chục）

數字從 21 到 99　▶MP3 1-16

▶ 數字 hai mươi（20）以後的 một（1），如 21、31、41……，要將低
　音的「重聲」符號「một」改為高音的「銳聲」符號「mốt」。

▶ 個位數字 1「một」唸「mốt」，個位數字 5「năm」唸「lăm」，其他
　數字唸法不變。

阿拉伯數字	越南語數字	常聽的口語唸法	相似音
❶ 21	hai mươi mốt	hăm mốt	嗨ㄇㄟ莫（輕聲）
❷ 31	ba mươi mốt	băm mốt	巴ㄇㄟ莫
❸ 41	bốn mươi mốt	bốn mốt	甬ㄇㄟ莫
❹ 51	năm mươi mốt	năm mốt	囡ㄇㄟ莫
❺ …91	chín mươi mốt	chín mốt	金ㄇㄟ莫

阿拉伯數字	越南語數字	阿拉伯數字	越南語數字
❶ 22	hai mươi hai	❼ 54	năm mươi bốn
❷ 25	hai mươi lăm	❽ 61	sáu mươi mốt
❸ 28	hai mươi tám	❾ 63	sáu mươi ba
❹ 31	ba mươi mốt	❿ 76	bảy mươi sáu
❺ 37	ba mươi bảy	⓫ 85	tám mươi lăm
❻ 45	bốn mươi lăm	⓬ 98	chín mươi tám

百之後更大的數字唸法　▶MP3 1-18

阿拉伯數字	越南語數字	相似音
百	trăm	詹 （國語）（嘴閉）
千	北 nghìn 南 ngàn	北 ㄥㄧㄥˋ 南 ㄥ ㄤˋ（注音）

阿拉伯數字	越南語數字	相似音
萬	vạn / mười nghìn	V ㄢ↘/ 美ŋㄧㄣ↘ （注音）
十萬	trăm nghìn	詹（m）ŋㄧㄣ↘ （國語）
百萬	triệu	玖 （國語）（ㄐㄧㄡˊ）
千萬	mười triệu	美玖 （國語）
億	trăm triệu	詹（m）玖 （國語）
十億	tỉ / tỷ	迪 （國語）
百億	mười tỷ	美迪 （國語）
千億	trăm tỷ	詹（m）迪 （國語）
兆／萬億	nghìn tỷ 北 ngàn tỷ 南	ŋㄧㄣ↘迪 （國語）

請播放編號 1-19 的 MP3 音檔，聆聽作者的標準越南語數字發音，並將聽到的正確答案填入右方空格。

❶ Mười tám

❷ Ba mươi sáu

❸ Bảy trăm hai mươi lăm

❹ Sáu nghìn （ngàn） hai trăm ba chục

❺ Năm mươi bốn nghìn （ngàn）

❻ Tám trăm sáu mươi ba nghìn （ngàn）

❼ Bốn triệu hai trăm nghìn （ngàn）

❽ Hai trăm triệu

❾ Ba tỷ

第二篇

29 字母
120 音

單元 01

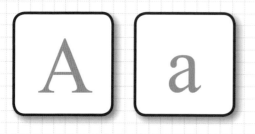

cà 茄子

發音 類似國語注音 ㄚ「啊」

例如 bà 老奶奶

❶ 發音練習

ga	[g ㄍ] 子音搭配母音 [a ㄚ] （喉音）	唸法 喉嚨發音 [ㄍㄚ]
là	[l ㄌ] 子音搭配母音 [a ㄚ]	唸法 國語注音 [ㄌㄚ ↘]
pha	[ph ㄈ] 子音搭配母音 [a ㄚ]	唸法 類似中文 [發]
thǎ	[th ㄊ] 子音搭配母音 [a ㄚ]	唸法 國語注音 [ㄊㄚ ↶]
tǎ	[t ㄅ] 子音搭配母音 [a ㄚ]	唸法 類似中文 [達]
giá	[gi 一] 子音搭配母音 [a ㄚ]	唸法 國語注音 [一ㄚ ↗]

❷ 單字練習

ba	má	na	xa
ㄅㄚ	ㄇㄚ↗	ㄋㄚ	ㄙㄚ
ba	má	na	xa
爸爸	媽媽	釋迦	遠

❸ 拼音練習

d	+	a			=	da	▶	皮
qu	+	a	+	＼	=	quà ↘	▶	禮物
m	+	a	+	•	=	mạ ↘	▶	秧苗
ch	+	a			=	cha	▶	父、父親
gi	+	a	+	＼	=	già ↘	▶	老

❹ 短句練習

▪ Cá không ăn cà, gà ăn thóc.

魚兒不吃茄子，雞吃稻穀。

▪ Nhà ba má Hà ở quê xa.

阿霞的父母家在遠鄉。

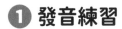

複合母音 A

① 發音練習

ai	ay	ây	ao	au	âu
ㄞ	ㄞ（ㄟ）	ㄟ	ㄠ	ㄠ（ㄡ）	ㄡ
（較長音）	（較短音）	（較短音）	（較長音）	（較短音）	
ai	ay	ây	ao	au	âu

② 拼音練習

ai	hai tay / ngày mai	▶ 雙手 / 明天
ay	máy bay / ăn chay	▶ 飛機 / 吃素
ây	cày cấy / mấy cây	▶ 耕耘 / 幾枝
ao	ao cá / mì xào	▶ 魚池 / 炒麵
au	xào rau / lau bàn	▶ 炒菜 / 擦桌
âu	đi đâu / lên lầu	▶ 去哪裡 / 上樓

③ 短句練習

- Ngày mai vào sân bay, chuẩn bị lên máy bay. 明天進機場，準備上飛機。

- Hai ngày nay sao không thấy anh Thái và chị Mai. 這兩天怎麼沒看見泰哥和梅姐。

母音 A + 8 個子音韻尾

❶ 發音練習

am	ㄚ（m）	「啊」音發出後雙唇馬上緊閉
an	ㄢ	發音跟國語注音ㄢ相同
ang	ㄤ	發音跟國語注音ㄤ相同
anh	ㄚ（ㄣ）	「啊」音發出後收音為ㄣ
ac	ㄚ↗（輕聲）	短促的「啊」音再拉高，結尾為ㄍ的嘴型
at	ㄚ↗（輕聲）	短促的「啊」音再拉高，結尾為ㄅ的嘴型
ap	ㄚ↗（輕聲＋m）	短促的「啊」音再拉高，雙唇緊閉
ach	ㄚ↗（輕聲）	短促的「啊」音再拉高，舌頭須後縮（南 舌頭於上排牙齒後硬顎）

❷ 拼音練習

l	+	am	+	＼	=	làm ↘	đi làm	▶	上班
t	+	an			=	tan	tan ca	▶	下班
l	+	ang			=	lang	lang thang	▶	浪蕩、流浪
tr	+	anh			=	tranh	đàn tranh	▶	箏琴

r + ac + ◣ = rác ↗	xe rác	▶	垃圾車
h + at + ◣ = hát ↗	ca hát	▶	唱歌
t + ap + • = tạp ↘	tạp chí	▶	雜誌
s + ach + ◣ = sách ↗	đọc sách	▶	看書

❸ 短句練習

- Anh Thành sang nhà bác Tám, giúp bác làm lan can.

  成哥到七伯家，幫忙做欄杆。

- Sáng sớm, làn sương mù lạnh bao quanh xóm làng.

  在清晨，冷霧籠罩著村莊。

發音　類似國語注音 ㄚ↗
「啊」拉高一點

發音　類似國語注音 ㄜ↗
「痾」拉高一點

注意　1. 這兩個母音 Ă 與 Â，沒有結合其他母音，也不可單獨使用，必須要
　　　　結合子音韻尾，而且發音比 A 的音短些。
　　　2. 子音 M、P 結尾，發音後雙唇要緊閉。

ăm	ăn	ăng	ăc	ăt	ăp
âm	ân	âng	âc	ât	âp

❶ 拼音練習

ch + ăm	= chăm	chăm chỉ	▶ 勤謹、認真
kh + ăn	= khăn	khăn mặt	▶ 毛巾

c	+	ăng		= căng		căng thẳng	▶	緊繃、壓力
s	+	ăc	+ ✏	= sắc ↗		màu sắc	▶	顏色
b	+	ăt	+ ✏	= bắt ↗		bắt cá	▶	捉魚
b	+	ăp	+ ✏	= bắp ↗		ăn bắp	▶	吃玉米
th	+	âm	+ ✏	= thầm ↘		âm thầm	▶	暗自、默默
c	+	ân	+ ✏	= cần ↘		ân cần	▶	懇切、殷勤
v	+	âng	+ ✏	= vầng ↘		vầng trăng	▶	月亮的輪廓
b	+	âc	+ •	= bậc ↘		cấp bậc	▶	階級
m	+	ât	+ •	= mật ↘		bí mật	▶	祕密
h	+	âp	+ ✏	= hấp ↗		hấp tấp	▶	匆忙、急忙

❷ 短句練習

- Sắp sửa ăn Tết, sắp xếp nhà cửa cho sặc sỡ.
  快過春節，把房子布置得五彩繽紛。

- Đi hấp tấp về nhà lấy cặp táp.
  匆忙地走回家拿書包。

- Âm thầm chăm chỉ lắp ráp vi tính.
  暗自認真地組裝電腦。

B　b　bí ngô　南瓜

發音　類似國語注音 ㄅㄛˋ

例如　ba ba 鱉（甲魚）、bê 小牛、bò 黃牛

① 發音練習

bǐ	[b ㄅ] 子音搭配母音 [i ㄧ]　唸法 國語注音 [ㄅㄧ ↘]
bú	[b ㄅ] 子音搭配母音 [u ㄨ]　唸法 國語注音 [ㄅㄨ ↗]
bài	[b ㄅ] 子音搭配母音 [ai ㄞ]　唸法 類似中文 [百]
bay	[b ㄅ] 子音搭配母音 [ay ㄞ]　唸法 類似中文 [掰]
bàn	[b ㄅ] 子音搭配母音 [an ㄢ]　唸法 類似中文 [版]
bèo	[b ㄅ] 子音搭配母音 [eo ㄧㄠ]　唸法 類似中文 [表]

❷ 單字練習

bỏ	bể	bờ	báo
ㄅㄛ ↻	ㄅㄝ ↻	ㄅㄜ ↘	ㄅㄠ ↗
bỏ	bể	bờ	báo
丟棄	池	河岸	報紙

❸ 拼音練習

b	+	an	+	✔	=	bán ↗	bán lẻ	▶	零售
b	+	u	+	❯	=	bù ↘	bù nhìn	▶	稻草人；傀儡
b	+	ê	+	?	=	bể ↻	bể bơi	▶	游泳池
b	+	ôn			=	bôn	bôn ba	▶	奔波
b	+	ao	+	?	=	bảo ↻	bảo đảm	▶	保證

❹ 短句練習

- Con bò con bê bên bãi cỏ.
  黃牛、小牛在草地。

- Bà bồng bé cho ăn bánh bò.
  奶奶抱著小寶寶給他吃發糕。

❺ 有趣的繞口令

Bà Ba béo bán bánh bèo bên bùng binh,
bị bắt bỏ bót ba bốn bận,
bà bỏ bán bánh bèo, bà bán bánh bao.

胖奶奶在圓環島賣蓁粿，
被送到警察局三四次，
她不再賣蓁粿，改賣包子。

「Bánh」是糕餅、粿類的總稱，越南語「bèo」是「浮萍」的意思，此糕餅是將米漿倒在一個個小碟子，蒸出像浮萍般的形狀，故名「浮萍粿」，借以越南語「bèo」的接近音「蓁ㄅㄧㄠˇ」。

Bánh bèo「蓁粿」，吃起來類似台灣的碗粿，但是比較薄薄的一小片，是越南很普遍的路邊小點心，一盤放上八至十個小片碗粿，每

▲圖片提供者：作者吳庭葳

片上面放些綠豆泥、油爆青蔥，再加點蝦鬆，淋上調製好的魚露，吃起來清爽可口。

單元 04　▶MP3 2-04　• • • • • •

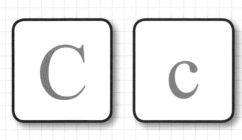

cú mèo　貓頭鷹

發音　類似國語注音ㄍㄜˋ，「哥」音往下

例如　cá 魚、cò 白鷺鷥、cỏ 草

❶ 發音練習

cố	[c ㄍ] 子音搭配母音 [ô ㄛ]	唸法 國語注音 [ㄍㄛ↗]（圓嘴）
cỡ	[c ㄍ] 子音搭配母音 [ơ ㄜ]	唸法 國語注音 [ㄍㄜ〰↗]
cú	[c ㄍ] 子音搭配母音 [u ㄨ]	唸法 類似中文 [估↗]
cao	[c ㄍ] 子音搭配母音 [ao ㄠ]	唸法 類似中文 [高]
cai	[c ㄍ] 子音搭配母音 [ai ㄞ]	唸法 類似中文 [該]
cầu	[c ㄍ] 子音搭配母音 [âu ㄡ]	唸法 類似中文 [狗]

❷ 單字練習

cay	củ	cải	cờ	cua
《ㄞ（ㄟ）	《ㄨ ↗	《ㄞ ↗	《ㄜ ↘	《ㄨㄛ
cay	củ	cải	cờ	cua
辣	根莖	菜；改	旗子	螃蟹

❸ 拼音練習

c + o + ╱	= có ↗	có tiến bộ	▶ 有進步
c + ô	= cô	cô giáo	▶ 老師（女）
c + ô + ❓	= cổ ↺	cổ phiếu	▶ 股票
c + ơ	= cơ	cơ hội	▶ 機會
c + on + ╲	= còn ↘	còn tiền	▶ 還有錢
c + u + ╲	= cù ↘	cù lao	▶ 小島嶼
c + am + ╱	= cám ↗	cám ơn	▶ 謝謝
c + ang + ╲	= càng ↘	càng cua	▶ 蟹螯

❹ 短句練習

- Con cò bắt cá. 　白鷺鷥抓魚。

- Cú mèo ăn cả cá lẫn côn trùng.
  貓頭鷹連魚和昆蟲都吃。

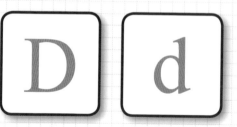

da　皮、皮革

發音　類似國語注音 北 ㄛㄜ↘ 南 ㄧㄜ↘

例如　dê 羊

① 發音練習

說明 北音發音 ㄛㄜ↘，此處以南音為範例

| da | [d ㄧㄜ↘] 子音搭配母音 [a ㄚ] | 唸法 類似中文 [鴨] |

| dê | [d ㄧㄜ↘] 子音搭配母音 [ê ㄝ] | 唸法 類似中文 [耶] |

| du | [d ㄧㄜ↘] 子音搭配母音 [u ㄨ] | 唸法 類似中文 [優] |

| dao | [d ㄧㄜ↘] 子音搭配母音 [ao ㄠ] | 唸法 類似中文 [邀] |

| dang | [d ㄧㄜ↘] 子音搭配母音 [ang ㄤ] | 唸法 類似中文 [央] |

❷ 單字練習

dài ㄧㄞˋ↘ **dài** 長	**dì** ㄧˋ↘ **dì** 阿姨	**dế** ㄧㄝˊ↗ **dế** 蟋蟀	**dù** ㄧㄨˋ↘ **dù** 雨傘

❸ 拼音練習

d + o		= do	do dự	▶	猶豫
d + e	+ ＼	= dè ↘	dè dặt	▶	拘謹、拘束
d + ao	+ •	= dạo ↘	đi dạo bộ	▶	去散步
d + an	+ ╱	= dán ↗	dán tem	▶	貼郵票
d + on	+ •	= dọn ↘	dọn dẹp	▶	打掃、清理

❹ 短句練習

▪ Áo da dê và áo da bò.
羊皮衣和牛皮衣。

▪ Da bò dai dẻo, da dê mềm mại.
牛皮柔韌，羊皮軟綿。

▪ Da bò làm giày làm dép.
製鞋用牛皮。

đà điểu　鴕鳥

發音　舌尖音，發音介於國語注音ㄅ、ㄉ之間

例如　ra đa 雷達

❶ 發音練習

đa	[đ ㄉ] 子音搭配母音 [a ㄚ]	唸法 類似中文 [喇]
đi	[đ ㄉ] 子音搭配母音 [i ㄧ]	唸法 類似中文 [哩]
đô	[đ ㄉ] 子音搭配母音 [o ㄛ]	唸法 類似中文 [囉]
đủ	[đ ㄉ] 子音搭配母音 [u ㄨ]	唸法 類似中文 [盧]
đang	[đ ㄉ] 子音搭配母音 [ang ㄤ]	唸法 國語注音 [ㄉㄤ]

❷ 單字練習

đậm đà ㄉ�ら↘ ㄉㄚ↘ （閉） đậm đà 濃郁	**đổi** ㄉट一↗ đổi 換、更換	**đố** ㄉट↗ đố 猜謎

❸ 拼音練習

đ	+	u		= đu	đánh đu	▶	盪鞦韆
đ	+	a	+ ╱	= đá ↗	cà phê đá	▶	冰咖啡
đ	+	an	+ ╲	= đàn ↘	đàn hồi	▶	反彈；彈性
đ	+	en		= đen	màu đen	▶	黑色
đ	+	ồ	+ ╲	= đồ ↘	đồ đạc	▶	家用品、傢俱
đ	+	ao	+ •	= đạo ↘	đạo đức	▶	道德
đ	+	ông		= đông	mùa đông	▶	冬天

❹ 短句練習

- **Đồ đạc nhiều, để đầy nhà.**
  東西太多，已擺滿屋子。

- **Ăn đu đủ, chơi đánh đu.**
  吃木瓜，玩盪鞦韆。

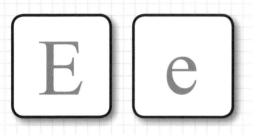

em bé 小嬰兒

發音 類似英文音標「æ」

例如 trᶒ 竹子

❶ 發音練習

em	[e æ] 母音搭配子音 [m]	唸法 英文字母 [M]
ép	[e æ] 母音搭配子音韻尾 [p ㄅ]	唸法 英文字母 [F]
eo	[e æ] 母音搭配母音 [o]	唸法 英文字母 [L]
dè	[d ㄉ] 子音搭配母音 [e æ]	唸法 類似中文 [也]
khe	[kh ㄎ] 子音搭配母音 [e æ]	唸法 國語注音 [ㄎㄝ]

❷ 單字練習

e sợ	e dè	eo hẹp
æ ㄕㄜ ↘	æ ㄧㄝ ↘	æo have ↘
e sợ	e dè	eo hẹp
恐懼、畏懼	害怕、顧慮	狹窄

❸ 拼音練習

e	+	m		= em	em gái	▶ 妹妹
ch	+	e		= che	che chở	▶ 庇護、袒護
b	+	e	+ ❓	= bẻ ↪	bẻ gãy	▶ 折斷
en	+		✏	= én ↗	chim én	▶ 燕子
x	+	e		= xe	xe rác	▶ 垃圾車
k	+	en	+ ✏	= kén ↗	kén ăn	▶ 挑食

❹ 短句練習

▪ Anh em không chia rẽ, phải chia sẻ và che chở nhau. 兄弟不離間，要互相維護與分擔。

▪ Giới trẻ ăn lá hẹ và hoa hẹ sẽ tốt cho sức khoẻ. 年輕人吃韭菜和韭菜花對身體好。

con ếch　青蛙

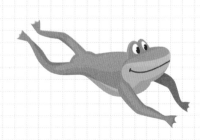

發音　類似國語注音ㄝ「誒」

例如　ghế 椅子

① 發音練習

| lê | [l ㄌ] 子音搭配母音 [ê ㄝ] | 唸法 國語注音 [ㄌㄝ] |

| kê | [k ㄍㄚ] 子音搭配母音 [ê ㄝ] | 唸法 國語注音 [ㄍㄝ] |

| chế | [ch ㄓ] 子音搭配母音 [ê ㄝ] | 唸法 國語注音 [ㄓㄝˊ] |

| ếch | [ê ㄝ] 母音搭配複子音韻尾 [ch] | 唸法 英文字母 [X] |

| nể | [n ㄋ] 子音搭配母音 [ê ㄝ] | 唸法 國語注音 [ㄋㄝˇ] |

② 單字練習

hề ㄏㄝ↘ hề 小丑	khế ㄎㄝ↗ khế 楊桃	xệ ㄙㄝ↘ xệ 下垂	ế ẩm ㄝ↗ Y↗ （嘴閉） ế ẩm 滯銷

③ 拼音練習

ê	+		╱	=	ế ↗	ế hàng	▶	貨物滯銷
êm				=	êm	êm ấm	▶	溫暖；溫馨
tr	+	ê		=	trê	cá trê	▶	塘虱魚
t	+	ê	+ ╱	=	tế ↗	tế bào	▶	細胞
v	+	ê	+ •	=	vệ ↘	vệ sinh	▶	衛生
x	+	ê	+ ╱	=	xế ↗	xế chiều	▶	傍晚

④ 短句練習

▪ Thế hệ mới của giới trẻ tràn trề sức sống.
　新一代的年輕人充滿活力。

▪ Những ngày lễ, chị Lệ hay kể chuyện cổ dài lê thê.
　每逢假日，麗姐常會講些長篇的故事。

G g

gõ̃ 木頭

發音 類似國語注音ㄍㄜ↘，
「哥」音往下，喉嚨發音

例如 gà 雞

❶ 發音練習

gu	[g ㄍ] 子音搭配母音 [u ㄨ]	唸法 類似中文 [估]（喉音）
gò	[g ㄍ] 子音搭配母音 [o ㄛ]	唸法 國語注音 [ㄍㄛ↘]（喉音）
gân	[g ㄍ] 子音搭配母音 [ân ㄣ]	唸法 類似中文 [跟]（喉音）
ghi	[g ㄍ] 複子音搭配母音 [i ㄧ]	唸法 國語注音 [ㄍㄧ]（喉音）
gánh	[g ㄍ] 子音搭配母音 [anh ㄢ]	唸法 國語注音 [ㄍㄢ↗]（喉音）

❷ 單字練習

gạo	gai	gấu	gọi
《 ↘ ㄠ （喉音）	《 ↘ ㄞ （喉音）	《 ↗ ㄡ （喉音）	《 ㄛ ㄧ ↘ （喉音）
gạo	gai	gấu	gọi
米	刺	熊	叫

❸ 拼音練習

g + u + ＼	= gù ↘	gù lưng	▶ 駝背
g + a + ＼	= gà ↘	gà chọi	▶ 鬥雞
g + ân + ＼	= gần ↘	gần gũi	▶ 親近、接近
g + ăp + •	= gặp ↘	gặp gỡ	▶ 相遇、會晤
g + ồ + ＼	= gồ ↘	gồ ghề	▶ 凹凸不平
g + ăng	= găng	găng tay	▶ 手套
g + ai + ／	= gái ↗	cô gái	▶ 姑娘、小姐

❹ 短句練習

- Gà vừa gáy sáng, ga xe đã bán ga tô.
  天剛亮，雞早啼，車站早已在賣蛋糕。

- Gom góp tiền mua gạo gởi khu cứu trợ.
  籌集資金購買大米寄往救濟區。

單元 10

▶ MP3 2-10

● ● ● ● ●

H h

ho 咳嗽

發音 類似國語注音ㄏㄜˋ「喝」

例如 hẹ 韭菜、hoa 花

❶ 發音練習

ho	[h ㄏ] 子音搭配母音 [o ɔ]	唸法 國語注音 [ㄏㄛ]

hẹ	[h ㄏ] 子音搭配母音 [e æ]	唸法 類似英文 [hair ↘]

hà	[h ㄏ] 子音搭配母音 [a ㄚ]	唸法 類似中文 [哈 ↘]

hoa	[h ㄏ] 子音搭配複合母音 [oa ㄨㄚ]	唸法 類似中文 [花]

hân	[h ㄏ] 子音搭配複合母音 [ân ㄣ]	唸法 國語注音 [ㄏㄣ]

hàng	[h ㄏ] 子音搭配複合母音 [ang ㄤ]	唸法 國語注音 [ㄏㄤ ↘]

② 單字練習

hào	hán	hoa huệ
ㄏㄠˋ	ㄏㄢˊ	ㄏㄨㄚ ㄏㄨㄝˋ
hào	hán	hoa huệ
生蠔	漢	夜來香

③ 拼音練習

h	+	ai	+	❓	=	hải ↷	hải sản	▶	海鮮、海產
h	+	en	+	•	=	hẹn ↘	hẹn hò	▶	約會
h	+	e	+	＼	=	hè ↘	mùa hè	▶	夏天
h	+	oa	+	／	=	hoá ↗	văn hoá	▶	文化
h	+	an	+	•	=	hạn ↘	hạn chế	▶	限制
h	+	un	+	＼	=	hùn ↘	hùn hạp	▶	合夥

④ 短句練習

- Em đi hái hoa hồng ở vườn hoa họ hàng.
  我去親戚家的花園摘玫瑰花。

- Hát hay không bằng hay hát.
  唱得好不比經常唱好。（用來鼓勵不敢唱歌的人開口唱歌，例如在 KTV）

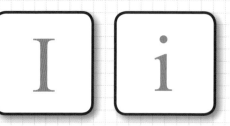

máy in　印表機

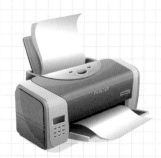

發音　類似台語發音「伊」

例如　im lặng 安靜

❶ 發音練習

| kí | [k ㄍ] 子音搭配母音 [i ㄧ] | 唸法 國語注音 [ㄍㄧˊ] |

| ti | [t ㄅ] 子音搭配母音 [i ㄧ] | 唸法 類似中文 [低] |

| ích | [i ㄧ] 母音搭複子音韻尾 [ch ㄗ] | 唸法 國語注音 [ㄧˊ]（輕聲）|

| lì | [l ㄌ] 子音搭配母音 [i ㄧ] | 唸法 類似中文 [理] |

| xi | [x ㄙ] 子音搭配母音 [i ㄧ] | 唸法 類似中文 [西] |

| kín | [k ㄍ] 子音搭配母音 [in ㄧㄣ]　唸法 國語注音 [ㄍㄧㄣˊ] |

❷ 單字練習

mì	in	kí	ti vi
ㄇㄧˋ	ㄧㄣ	ㄍㄧˊ	ㄉㄧ　ㄨㄧ
mì	in	kí	ti vi
麵	印	公斤	電視

❸ 拼音練習

x	+ i	+ ＼	= xì ↘	xì gà	▶	雪茄（菸）
v	+ i		= vi	lò vi ba	▶	微波爐
s	+ i	+ ～	= sĩ ↗	bác sĩ	▶	醫生
tr	+ i	+ ˙	= trị ↘	thống trị	▶	統治
ph	+ i	+ ／	= phí ↗	chi phí	▶	費用

❹ 短句練習

- Trị bệnh gì cũng phải chi nhiều chi phí.
  治療任何病痛都要支付很多費用。

- Bé tí nhí nha nhí nhảnh thích cười.
  小不點活潑愛笑。

單元 **12**　 ▶MP3 2-12　● ● ● ● ●

K k

kem 冰淇淋

發音　類似國語注音ㄍㄚ「嘎」

例如　kèn 喇叭

注意　子音 C 與 K，在拼音時，發音是相同的，但寫法規則是：
1. 當母音是「a、o、ô、ơ、u、ư」時，要用 C 來拼音，例如：ca、co、cô、cơ、cu、cư。
2. 當母音是「i、e、ê、y」時，要用 K 來拼音，例如：ki、ke、kê、ky。

ca	co	cô	cơ	cu	cư
ki	ke	kê	ky		

❶ 發音練習

kiến	[k 《] 子音搭配母音 [iên 一ㄣ] 唸法 國語注音 [《一ㄣ ↗]
kệ	[k 《] 子音搭配母音 [ê ㄝ] 唸法 台語發音 [嫁] [《ㄝ ↘]
kèn	[k 《] 子音搭配母音 [en] 唸法 台語發音 [健] [gant ↘]
kem	[k 《] 子音搭配母音 [em] 唸法 類似英文 [game]
kênh	[k 《] 子音搭配母音 [ênh] 唸法 類似英文 [gang]
kí	[k 《] 子音搭配母音 [i 一] 唸法 國語注音 [《一 ↗]

❷ 單字練習

kính 《一ㄥ ↗ kính 鏡子	**kéo** 《一ㄠ ↗ kéo 拉；剪刀	**kê** 《ㄝ kê 墊	**kẽm** game ↗ kẽm 鐵絲

❸ 拼音練習

k	+	y	+ ＼	= kỳ ↘	kỳ dị	▶ 奇異
k	+	em	+ ／	= kém ↗	kém xa	▶ 差得遠
k	+	eo	+ •	= kẹo ↘	ăn kẹo	▶ 吃糖果
k	+	êt	+ ／	= kết ↗	kết quả	▶ 結果
k	+	iêm	+ ?	= kiểm ↷	kiểm tra	▶ 檢查
k	+	iêng		= kiêng	kiêng cử	▶ 忌諱

❹ 短句練習

▪ Ăn kem kèm với bánh kem.
吃冰淇淋搭配奶油蛋糕。

▪ Kỳ nghỉ lễ, kéo đội kèn đi trình diễn.
假期，揪一團喇叭隊去表演。

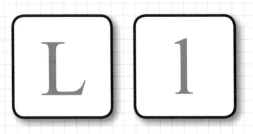

lá 葉子

發音　類似國語注音 ㄌㄜ ↘「勒」

例如　lu 水缸、lò vi ba 微波爐

❶ 發音練習

lá	[l ㄌ] 子音搭配母音 [a ㄚ]	唸法 類似中文 [啦↗]
lò	[l ㄌ] 子音搭配母音 [o ɔ]	唸法 國語注音 [ㄌ ㄛ ↘]
lu	[l ㄌ] 子音搭配母音 [u ㄨ]	唸法 國語注音 [ㄌㄨ]
lan	[l ㄌ] 子音搭配母音 [an ㄢ]	唸法 國語注音 [ㄌㄢ]
len	[l ㄌ] 子音搭配母音 [en æn]	唸法 類似英文 [land]

❷ 單字練習

lý do	lọ	làm	lều
ㄌㄧˊ 一ㄜ	ㄌ ㄛˇ	ㄌㄤˋ（閉）	ㄌㄧㄡˋ
lý do	lọ	làm	lều
理由	小瓶子	做	帳篷

❸ 拼音練習

l	+	e	+	?	= lẻ ↶	lẻ loi	▶ 孤零零、孤單
l	+	ai	+	╱	= lái ↗	lái xe	▶ 開車；司機
l	+	oa			= loa	cái loa	▶ 喇叭
l	+	am	+	╲	= làm ↘	làm việc	▶ 工作
l	+	ên			= lên	lên giá	▶ 漲價
l	+	om	+	～	= lõm ↗	lồi lõm	▶ 凹凸不平

❹ 短句練習

▪ Anh Lân là nghề lái xe.

麟哥的職業是司機。

▪ Chị Lan lên lầu lấy cái loa.

蘭姐上樓拿喇叭。

M m

mũ 帽子

發音　類似國語注音 ㄇㄜ ↘「麼」

例如　mèo 貓

❶ 發音練習

mã	[m ㄇ] 子音搭配母音 [a ㄚ]　　唸法 類似中文 [麻][ㄇㄚ↗]

mụ	[m ㄇ] 子音搭配母音 [u ㄨ]　　唸法 國語注音 [ㄇㄨ↘]

mó	[m ㄇ] 子音搭配母音 [o ㄛ]　　唸法 國語注音 [ㄇㄛ↗]

mèo	[m ㄇ] 子音搭配母音 [eo æ ㄨ]　　唸法 類似中文 [秒]

mộ	[m ㄇ] 子音搭配母音 [ô ㄛ]　　唸法 類似中文 [膜 ↘]

mỏi	[m ㄇ] 子音搭配母音 [oi ㄛㄧ]　　唸法 國語注音 [ㄇㄛㄧ ↘]

❷ 單字練習

mỏ	mè	mai	mộc
ㄇ ㄛ ↷	ㄇ æ ↘	ㄇ ㄞ	ㄇ ㄛ ↘ (輕聲)
mỏ	mè	mai	mộc
礦	芝麻	梅	木

❸ 拼音練習

m + ơ + ❓ = mở ↷ mở cửa ▶ 開門

m + e + • = mẹ ↘ mẹ già ▶ 老母親

m + ai + ╱ = mái ↗ mái nhà ▶ 屋頂

m + ai + ╲ = mài ↘ mài dao ▶ 磨刀

m + ay = may may mắn ▶ 幸運

❹ 短句練習

- Con mèo đói bụng kêu meo meo.
  小貓肚子餓喵喵叫。

- Mẹ mua cái mũ mới cho bé Mai.
  媽媽買新帽子給小梅。

單元 15　▶MP3 2-15　• • • • • •

N　n

nón lá 斗笠

發音　類似國語注音 ㄋㄜ ↘「訥」

例如　quả na 釋迦

❶ 發音練習

nón	[n ㄋ] 子音搭配母音 [on ㄨㄥ]　唸法 類似中文 [農 ↗]
nạ	[n ㄋ] 子音搭配母音 [a ㄚ]　唸法 國語注音 [ㄋㄚ ↘]
no	[n ㄋ] 子音搭配母音 [o ㄛ]　唸法 國語注音 [ㄋㄛ]
nôi	[n ㄋ] 子音搭配母音 [ôi ㄛㄧ]　唸法 國語注音 [ㄋㄛㄧ]
nàng	[n ㄋ] 子音搭配母音 [ang ㄤ]　唸法 國語注音 [ㄋㄤ ↘]
nóng	[n ㄋ] 子音搭配母音 [ong ㄨㄥ] 唸法 國語注音 [ㄋㄨㄥ ↗]

❷ 單字練習

nai	né	nên	nụ
ㄋㄞ	ㄋæ ↗	ㄋㄣ	ㄋㄨ ↘
nai	né	nên	nụ
鹿	閃避	所以	花苞

❸ 拼音練習

n + am	= nam	nam nữ	▶	男女（漢越詞）
n + o	= no	no nê	▶	飽足；飽和
n + eo	= neo	mỏ neo	▶	錨
n + an + ❔	= nản ↶	nản lòng	▶	灰心
n + ôi + ＼	= nồi ↘	nồi cơm	▶	飯鍋

❹ 短句練習

▪ Nồi nào úp vung nồi nấy.
什麼蓋子就蓋什麼鍋。（比喻什麼樣的人就會匹配什麼樣的人）

▪ Nó nao núng khi gặp chuyện áo não.
遇到懊惱的事情讓他焦慮不安。

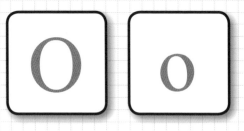

con thỏ 兔子

發音　類似英文音標 ɔ「啊」

例如　con chó 狗

❶ 發音練習

xó	[x ㄙ] 子音搭配母音 [o ㄛ]	唸法 國語注音 [ㄙㄛ ↗]
lọ	[l ㄌ] 子音搭配母音 [o ㄛ]	唸法 國語注音 [ㄌㄛ ↘]
kho	[kh ㄎ] 複合子音搭配母音 [o ㄛ]	唸法 國語注音 [ㄎㄛ]
mỏ	[m ㄇ] 子音搭配母音 [o ㄛ]	唸法 國語注音 [ㄇㄛ ↙]
trò	[tr ㄓ] 複合子音搭配母音 [o ㄛ]	唸法 國語注音 [ㄓㄛ ↘]

❷ 單字練習

sọ	nó	cò	xỏ
ㄕㄛ˙↘	ㄋㄛ↗	ㄍㄛ↘	ㄙㄛˇ↗
sọ	nó	cò	xỏ
腦袋、頭顱	飽	有	套；穿

❸ 拼音練習

h	+ o + •	= họ ↘	họ hàng	▶	親戚
l	+ o	= lo	lo lắng	▶	擔憂、愁慮
nh	+ o + ?	= nhỏ ↗	nhỏ bé	▶	渺小、微小
kh	+ o + ╱	= khó ↗	khó khăn	▶	困難
t	+ o + ╲	= tò ↘	tò mò	▶	好奇

❹ 短句練習

▪ Lương tâm bỏ cho chó ăn.
良心給狗吃。

▪ Bà cho con thỏ nho nhỏ về nhà nuôi.
奶奶送一隻小小的白兔回家養。

單元 17

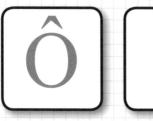 

ô tô 汽車

發音 類似台語發音 ㄛ「黑」

例如 bồ câu 鴿子

① 發音練習

cô	[c ㄍ] 子音搭配母音 [ô ㄛ]	唸法 國語注音 [ㄍㄛ]

| bộ | [b ㄅ] 子音搭配母音 [ô ㄛ] | 唸法 國語注音 [ㄅㄛ ↘] |

| tố | [t ㄉ] 子音搭配母音 [ô ㄛ] | 唸法 國語注音 [ㄉㄛ ↗] |

| sổ | [s ㄙ] 子音搭配母音 [ô ㄛ] | 唸法 國語注音 [ㄙㄛ ↙] |

| khô | [kh ㄎ] 複合子音搭配母音 [ô ㄛ] | 唸法 國語注音 [ㄎㄛ] |

❷ 單字練習

mộ	tồn	số	cổ
ㄇㄛ↘	ㄉㄛㄣ↘	ㄕㄛ↗	ㄍㄛ↘↗
mộ	tồn	số	cổ
墳墓	存	號碼、數	脖子

❸ 拼音練習

nh + ô + ❓	= nhổ ↗	nhổ răng	▶	拔牙
th + ô	= thô	thô lỗ	▶	粗魯
b + ô + •	= bộ ↘	bộ phận	▶	部份；單位
l + ô + ~	= lỗ ↗	lỗ lã	▶	虧本、賠本
s + ô	= sô	sô cô la	▶	巧克力

❹ 短句練習

- Phố cổ Hội An lố nhố mái tôn.
  會安古城區鐵皮房子屋頂高高低低、參差不齊。

- Cố học để thi đỗ vào trường tốt.
  努力讀書考入好的學校。

單元 18

▶MP3 2-18

Ơ ơ

nhà thờ 教堂

發音 類似國語注音 ㄜ「餓」

例如 lá cờ 旗子

❶ 發音練習

sơ [s ㄕ] 子音搭配母音 [ơ ㄜ] 唸法 國語注音 [ㄕㄜ]

mợ [m ㄇ] 子音搭配母音 [ơ ㄜ] 唸法 國語注音 [ㄇㄜ ↘]

cớ [c ㄍ] 子音搭配母音 [ơ ㄜ] 唸法 國語注音 [ㄍㄜ ↗]

tờ [t ㄉ] 子音搭配母音 [ơ ㄜ] 唸法 國語注音 [ㄉㄜ ↘]

phở [ph ㄈ] 複合子音搭配母音 [ơ ㄜ] 唸法 國語注音 [ㄈㄜ ↶]

❷ 單字練習

mở	sờ	nợ	phở
ㄇㄜˊ	ㄕㄜˋ	ㄋㄜˋ	ㄈㄜˊ
mở	sờ	nợ	phở
脂肪	觸摸	債、欠債	運載

❸ 拼音練習

s	+	ơ			= sơ	thô sơ	▶	簡陋
l	+	ơ	+	＼	= lờ ↘	lờ mờ	▶	模糊
b	+	ơ			= bơ	bơ vơ	▶	無依無靠
b	+	ơ	+	＼	= bờ ↘	bờ đê	▶	堤防
tr	+	ơ	+	•	= trợ ↘	tài trợ	▶	資助

❹ 短句練習

- Rất bỡ ngỡ khi lần đầu gặp gỡ.
  第一次見面會很陌生。

- Nhà thờ xa xa nhìn lu lu mờ mờ.
  遠遠看到的教堂，黯淡模糊。

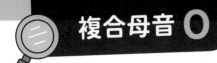

複合母音 O

oi ／ ôi ／ ơi ／ oa ／ oe ／ oen ／ oeo

❶ 發音練習

說明 越南語韻母凡是 O 或 U 開頭，嘴形要先嘟為圓形

| oi ／ ôi | 複合母音 | **唸法** 圓嘴型，類似國語注音 [ㄛ一] |

| oa | 複合母音 | **唸法** 圓嘴型，類似國語注音 [ㄨㄚ] |

| oe | 複合母音 | **唸法** 圓嘴 [ㄨㄝ]，類似英文 [where] |

| oen | 複合母音 | **唸法** 圓嘴 [ㄨæn]，類似英文 [when] |

| oeo | 複合母音 | **唸法** 圓嘴 [ㄨæ]，類似英文 [well] |

❷ 拼音練習 -1

c + oi	= coi	coi bói	▶	卜卦、算命
l + ôi	= lôi	lôi thôi	▶	囉唆；邋遢
th+ ơi + ＼	= thời ↘	thời gian	▶	時間
h +oa	= hoa	một đóa hoa	▶	一朵花
x +oe + ＼	= xoè ↘	xoè cánh	▶	展開翅膀
ng+ oeo + ＼	= ngoèo ↘	ngoằn nghoèo	▶	彎曲、蜿蜒

❸ 短句練習 -1

▪ **Như đóa hoa lẻ loi**
像朵孤獨的花。

▪ **Nói dối là thói quen không tốt.**
說謊是不好的習慣。

④ 拼音練習 -2

th + oai + ●	= thoại ↘	điện thoại	▶	電話
kh + oai	= khoai	khoai lang	▶	地瓜
x + oay	= xoay	xoay xở	▶	周旋、周轉
kh + oan + ?	= khoản ↪	tài khoản	▶	帳戶、戶頭
h + oang + ＼	= hoàng ↘	hoàng hôn	▶	黃昏
x + oăn	= xoăn	tóc xoăn	▶	捲髮
h + oanh + ＼	= hoành ↘	hoành tráng	▶	壯麗

⑤ 短句練習 -2

- **Loan thích ăn xoài và khoai lang.**
  阿鸞喜歡吃芒果和地瓜。

- **Bé tóc xoăn kia rất ngoan ngoãn.**
  那個捲髮的小孩很乖巧。

- **Chị Oanh thích ngắm cảnh hoàng hôn hoành tráng ở biển.**
  鸞姐喜歡觀賞壯麗的夕陽海景。

單元 19

pin 電池

發音 類似國語注音 ㄈㄛ↘

說明 P 只有一個詞彙 pin（電池），其他的 p 都一定
要跟 h 合併成複合子音 ph 才能拼音

例如 phao bơi 救生圈、cà phê 咖啡

❶ 發音練習

phao	[ph ㄈ] 子音搭配母音 [ao ㄠ] **唸法** 國語注音 [ㄈㄠ]
phê	[ph ㄈ] 子音搭配母音 [ê ㄝ] **唸法** 國語注音 [ㄈㄝ]
phí	[ph ㄈ] 子音搭配母音 [i ㄧ] **唸法** 國語注音 [ㄈㄧ↗]
phải	[ph ㄈ] 子音搭配母音 [ai ㄞ] **唸法** 國語注音 [ㄈㄞ↘↗]
phu	[ph ㄈ] 子音搭配母音 [u ㄨ] **唸法** 國語注音 [ㄈㄨ]

② 單字練習

phở	pháo	phô mai
ㄈㄜ ↷	ㄈㄠ ↗	ㄈㄛ ㄇㄞ
phở	pháo	phô mai
河粉	鞭炮	起司

③ 拼音練習

ph + u + •	= phụ ↘	phụ nữ	▶	婦女
ph + ơ + ❓	= phở ↷	phở bò	▶	牛肉河粉
ph + a	= pha	pha cà phê	▶	泡咖啡
ph + an + ╲	= phàn ↘	phàn nàn	▶	抱怨
ph + i + ╱	= phí ↗	học phí	▶	學費
ph + ơi	= phơi	phơi áo	▶	曬衣服

④ 短句練習

- Phô mai dinh dưỡng phong phú.

  起司營養豐富。

- Anh Phong pha cốc（ly）cà phê, ăn bát
  （tô）phở.

  鋒哥泡了杯咖啡，並吃了碗河粉。

單元 20 ▶MP3 2-20

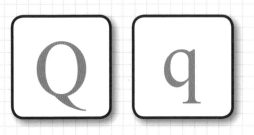

quả cam 柳橙

發音	類似國語注音 ㄍㄨㄛ↘
說明	Q 字母完全不能單獨使用，一定要結合 u
例如	con quạ 烏鴉

① 發音練習

qua	[qu ㄍㄨㄛ] 複合子音搭配母音 [a ㄚ] 唸法 類似中文 [瓜]
quê	[qu ㄍㄨㄛ] 複合子音搭配母音 [ê ㄝ] 唸法 台語發音 [粿]
quì	[qu ㄍㄨㄛ] 複合子音搭配母音 [i ㄧ] 唸法 類似中文 [軌]
quán	[qu ㄍㄨㄛ] 複合子音搭配母音 [an ㄢ] 唸法 類似中文 [官 ↗]
quýt	[qu ㄍㄨㄛ] 複合子音搭配母音 [yt ㄧ] 唸法 類似中文 [貴 ↗]

（短促音，聲調拉高）

❷ 單字練習

quả	quai	quý	quẻ
ㄍㄨㄚˇ	ㄍㄨㄞ	ㄍㄨㄟˊ	ㄍㄨæˇ
quả	quai	quý	quẻ
果	肩帶	貴	卦

❸ 拼音練習

qu + a + ＼	= quà ↘	tặng quà	▶ 送禮物
qu + ê + ／	= quế ↗	ngọc quế	▶ 肉桂
qu + an	= quan	tham quan	▶ 參觀
qu + a + ˇ	= quả ↪	quả bơ	▶ 酪梨
qu + ân + ＼	= quần ↘	quần áo	▶ 衣服

❹ 短句練習

▪ Quê quán em ở Quảng Nam.
我的原籍在廣南。

▪ Kết quả của quá trình quan sát.
觀察過程的結果。

單元 21

▶MP3 2-21

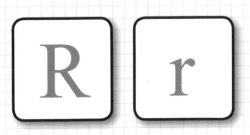

ra-đi-ô 收音機

發音 類似國語注音 ㄖㄜ ↘

例如 rau cải 蔬菜

❶ 發音練習

| ra | [r ㄖ] 子音搭配母音 [a ㄚ] 唸法 國語注音 [ㄖㄚ] |

| rảnh | [r ㄖ] 子音搭配母音 [anh ㄢ] 唸法 國語注音 [ㄖㄢ ㄥ] |

| rô | [r ㄖ] 子音搭配母音 [ô ㄛ] 唸法 國語注音 [ㄖㄛ] |

| rẽ | [r ㄖ] 子音搭配母音 [ê ㄝ] 唸法 國語注音 [ㄖㄝ ㄥ] |

| rung | [r ㄖ] 子音搭配母音 [ung ㄨㄥ] 唸法 國語注音 [ㄖㄨㄥ] |

❷ 單字練習

rẻ	rau	rõ ràng
ㄇæ↷	ㄇㄠ	ㄇɔ↗ ㄇ�尢↘
rẻ	rau	rõ ràng
便宜	菜	清楚

❸ 拼音練習

r + a + ＼	= rà ↘	rề rà	▶ 慢吞吞的
r + ơi	= rơi	rơi rớt	▶ 散落四處
r + an + ／	= rán ↗	nem rán	▶ 炸春捲
r + au	= rau	rau muống	▶ 空心菜
r + ông + •	= rộng ↘	rộng rãi	▶ 寬敞
r + âu	= râu	râu ria	▶ 鬍鬚
r + ac + ／	= rác ↗	rải rác	▶ 分散、散布

❹ 短句練習

- Rảnh rang ra sân nghe gió thổi rì rào.
  有空時，到院子裡聽輕風吹響。

- Chim trên cành cây kêu ríu ra ríu rít.
  鳥兒在樹上唧唧喳喳地叫。

hoa sen 蓮花

發音 類似國語注音 ㄕㄜˋ

例如 sả 香茅

❶ 發音練習

| sờ | [s ㄕ] 子音搭配母音 [ơ ㄜ] 唸法 國語注音 [ㄕㄜˋ] |

| sẽ | [s ㄕ] 子音搭配母音 [e æ] 唸法 國語注音 [ㄕ æ ⤴] |

| sổ | [s ㄕ] 子音搭配母音 [ô ㄛ] 唸法 國語注音 [ㄕㄛ ⤴] |

| sai | [s ㄕ] 子音搭配母音 [ai ㄞ] 唸法 國語注音 [ㄕㄞ] |

| su | [s ㄕ] 子音搭配母音 [u ㄨ] 唸法 國語注音 [ㄕㄨ] |

❷ 單字練習

soi	say	sáng	son
ㄕㄛㄧ	ㄕㄞ（ㄟ）	ㄕㄤ ↗	ㄕㄛㄣ
soi	say	sáng	son
照、照射	醉	明亮；早上	口紅

❸ 拼音練習

s	+	a			= sa	sa sút	▶	衰落、衰退
s	+	o			= so	so sánh	▶	比較
s	+	ô	+	❓	= sổ ↷	sổ tay	▶	手冊
s	+	ăn			= săn	chó săn	▶	獵犬
s	+	ông	+	╱	= sống ↗	sinh sống	▶	生活

❹ 短句練習

- Sẵn sàng dọn dẹp cho sạch sẽ.
  隨時打掃乾淨。

- Anh Sinh dậy sớm, ăn sáng xong sốt sắng đi làm.
  生哥很早起床，吃完早餐便熱切地趕去上班。

T　t

tủ áo　衣櫃

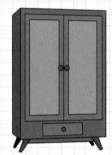

發音　類似國語注音 ㄉㄜ ↘

例如　quả táo 蘋果

❶ 發音練習

ti / ty	[t ㄉ]子音搭配母音[i 一]	唸法 類似中文 [低]
ta	[t ㄉ]子音搭配母音[a ㄚ]	唸法 類似中文 [搭]
tế	[t ㄉ]子音搭配母音[ê ㄝ]	唸法 國語注音 [ㄅㄝ ↗]
tổ	[t ㄉ]子音搭配母音[ô ㄛ]	唸法 國語注音 [ㄅㄛ ˇ]
tù	[t ㄉ]子音搭配母音[u ㄨ]	唸法 類似中文 [賭]

❷ 單字練習

tim ㄉㄧㄣ （閉） tim 心臟	tàu ㄉㄠˋ tàu 船	tồn tại ㄉㄛㄣˋ ㄉㄞˋ tồn tại 存在

❸ 拼音練習

t	+	ai	+	＼	= tài ↘	tiền tài	▶	錢財
t	+	ay			= tay	tay lái	▶	方向盤
t	+	ô	+	？	= tổ ↷	tổ tiên	▶	祖先
t	+	an	+	／	= tán ↗	tán thành	▶	贊成
t	+	in			= tin	thông tin	▶	資訊、訊息

❹ 短句練習

- Tôi thường mua táo cúng tổ tiên.
  我常買蘋果拜祖先。

- Xem ti vi theo dõi tin tức.
  看電視關注新聞。

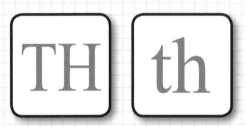

thang nhôm 鋁梯

發音 類似國語注音 ㄊㄜ ↘

例如 thêu thùa 刺繡

❶ 發音練習

thi	[th ㄊ] 複合子音搭配母音 [i ㄧ]
	唸法 類似中文 [梯]

thổ	[th ㄊ] 複合子音搭配母音 [ô ㄛ]
	唸法 國語注音 [ㄊㄛ ↗]

thà	[th ㄊ] 複合子音搭配母音 [a ㄚ]
	唸法 類似中文 [塔]

tháo	[th ㄊ] 複合子音搭配母音 [ao ㄠ]
	唸法 國語注音 [ㄊㄠ ↗]

thêm	[th ㄊ] 複合子音搭配母音 [êm ㄝm]
	唸法 國語注音 [ㄊㄝ（m）]

❷ 單字練習

thẻ	thổi	thẻ thao
ㄊㄝ˙ ↗	ㄊㄛ一 ↗	ㄊㄝ ↗ ㄊㄠ
thẻ	thổi	thẻ thao
卡；證	吹	運動

❸ 拼音練習

th + ôn	= thôn	nông thôn	▶ 農村
th + anh + ＼	= thành ↘	thành công	▶ 成功
th + ô	= thô	thô lỗ	▶ 粗魯
th + an	= than	than thở	▶ 嘆息
th + ông	= thông	thông minh	▶ 通明

❹ 短句練習

▪ Thất bại là mẹ thành công.
　失敗是成功之母。

▪ Cảm thấy thích thú tìm được sách tham khảo.
　找到參考書覺得很歡喜。

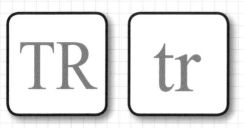

trà 茶

發音 類似國語注音 ㄓㄜ ↘

例如 trái cây 水果

❶ 發音練習

trả	[tr ㄓ] 複合子音搭配母音 [a ㄚ] 唸法 國語注音 [ㄓㄚ ↘]
tranh	[tr ㄓ] 複合子音搭配母音 [anh ㄢ] 唸法 國語注音 [ㄇㄢ]
trí	[tr ㄓ] 複合子音搭配母音 [i ㄧ] 唸法 國語注音 [ㄓㄧ ↗]
trễ	[tr ㄓ] 複合子音搭配母音 [ê ㄝ] 唸法 國語注音 [ㄓㄝ ↗]
trung	[tr ㄓ] 複合子音搭配母音 [ung ㄨㄥ] 唸法 類似中文 [ㄓ]

❷ 單字練習

tro	**trẻ**	**trà sữa**
ㄓㄛ	ㄓ æ ↗	ㄓㄚ↘ ㄕㄜ ↗
tro	*trẻ*	*trà sữa*
灰	年輕	奶茶

❸ 拼音練習

tr + ai		= trai	trai gái	▶	男女
tr + ơi	+ ＼	= trời ↘	trời mưa	▶	下雨
tr + ồng	+ ＼	= trồng ↘	trồng cây	▶	種樹
tr + ăng	+ ／	= trắng ↗	màu trắng	▶	白色
tr + u	+ ＼	= trù ↘	dự trù	▶	預算
tr + ê	+ ～	= trễ ↗	trễ	▶	遲到

❹ 短句練習

■ Ngồi trong vườn uống trà ngắm trăng.
坐在花園裡品茶賞月。

■ Tôi thích trồng hoa và trồng trái cây.
我喜歡種花和種水果。

▶MP3 2-26

đu đủ 木瓜

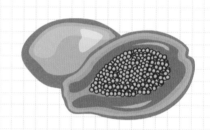

發音 類似國語注音 ╳

例如 đánh đu 盪鞦韆

❶ 發音練習

lu	[l ㄌ] 子音搭配母音 [u ㄨ]	唸法 國語注音 [ㄌㄨ]
ung	[u ㄨ] 母音加子音韻尾 [ng]	唸法 類似中文 [翁]
cung	[c ㄍ] 子音搭配母音 [ung 翁]	唸法 類似中文 [宮]
đủ	[đ ㄌ] 子音搭配母音 [u ㄨ]	唸法 類似中文 [盧]
mù	[m ㄇ] 子音搭配母音 [u ㄨ]	唸法 類似中文 [母]
khu	[kh ㄎ] 複合子音搭配母音 [u ㄨ]	唸法 類似中文 [哭]

❷ 單字練習

u ám	ung dung	ủ rũ
ㄨ ㄚ↗	ㄨㄥ ㄩㄥ	ㄨ∧ ㄖㄨ↗
（嘴閉）		
u ám	ung dung	ủ rũ
幽暗、昏暗	雍容；從容不迫	垂頭喪氣

❸ 拼音練習

c + u + ❓	= củ ↶	củ cải	▶ 蘿蔔
um	= um	um tùm	▶ 茂盛
ua + ↘	= ùa ↘	ùa theo	▶ 隨聲附和
uôn + ╱	= uốn ↗	uốn tóc	▶ 燙頭髮
ui + ❓	= ủi ↶	ủi quần áo	▶ 燙衣服
l + ua + ╱	= lúa ↗	lúa mì	▶ 麥子

❹ 短句練習

- U sầu ngồi ủ rũ một mình.
  獨坐憂鬱。

- Cuộc sống ung dung u nhàn.
  生活過得很悠閒。

chim ưng 老鷹

發音 類似國語注音 ㄜ、ㄖ 之間

例如 lư hương 香爐

❶ 發音練習

| lừ | [l ㄌ] | 子音搭配母音 [ư ㄜ / ㄖ] |
| | | 唸法 國語注音 [ㄌㄜ / ㄖ↗] |

| cư | [c ㄍ] | 子音搭配母音 [ư ㄜ / ㄖ] |
| | | 唸法 國語注音 [ㄍㄜ / ㄖ] |

| ứng | [ư ㄜ / ㄖ] | 母音結合子音韻尾 [ng] |
| | | 唸法 國語注音 [ㄥ↗] |

| trừ | [tr ㄓ] | 複合子音搭配母音 [ư ㄜ / ㄖ] |
| | | 唸法 類似中文 [紙] |

| tư | [t ㄉ] | 子音搭配母音 [ư ㄜ / ㄖ] |
| | | 唸法 國語注音 [ㄉㄜ / ㄖ] |

| chữ | [ch ㄗ] | 複合子音搭配母音 [ư ㄜ / ㄖ] |
| | | 唸法 類似中文 [資↗] |

② 單字練習

sư tử	ứng cử	nữ
ㄕ ㄅㄜ/ㄖ↗	ㄥ↗ ㄍㄜ/ㄖ↗	ㄋㄜ/ㄖ〰
sư tử	ứng cử	nữ
獅子	參加競選	女、女性

③ 拼音練習

c + ư + ? = cử ↗   bầu cử   ▶ 選舉

x + ư + ? = xử ↗   xử sự   ▶ 處事

t + ư + ＼ = từ ↘   từ bi   ▶ 慈悲

t + ư   = tư   tâm tư   ▶ 心思

s + ư + ? = sử ↗   lịch sử   ▶ 歷史

th + ư + ／ = thứ ↗   thứ tự   ▶ 秩序

④ 短句練習

▪ Bạn từ xa đến, gặp nhau tưng bừng tay bắt mặt mừng.

朋友遠道而來歡喜相逢。

▪ Tư vấn tìm hiểu trình tự trước khi xử lý sự việc.

處理事情之前,先諮詢與了解程序。

單元 28

▶MP3 2-28

V v

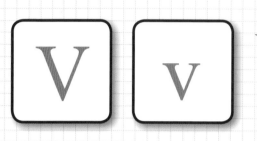

vải 布料

發音 上排牙齒輕咬住下唇，發音類似國語注音 Vㄜ↘

例如 vàng 黃金

❶ 發音練習

và	[v] 子音搭配母音 [a ㄚ]	唸法 國語注音 [V ㄚ↘]
vàng	[v] 子音搭配母音 [ang ㄤ]	唸法 國語注音 [V ㄤ↘]
về	[v] 子音搭配母音 [ê ㄝ]	唸法 國語注音 [V ㄝ↘]
ví	[v] 子音搭配母音 [i ㄧ]	唸法 國語注音 [V ㄧ↗]
vũ	[v] 子音搭配母音 [u ㄨ]	唸法 國語注音 [V ㄨ↝]
vải	[v] 子音搭配母音 [ai ㄞ]	唸法 國語注音 [V ㄞ↶]

❷ 單字練習

vì	vỏ	về	vốn
ㄪㄧˋ	ㄪㄛˇ	ㄪㄝˋ	ㄪㄛㄣˊ
vì	vỏ	về	vốn
因為	外皮	回	本金；本來

❸ 拼音練習

v	+ e	+ ❓	= vẻ ↶	vui vẻ	▶	愉快、快樂
v	+ e	+ ╱	= vé ↗	vé xe	▶	車票
v	+ ôi	+ •	= vội ↘	vội vã	▶	急忙、匆忙
v	+ ăn		= văn	văn hóa	▶	文化
v	+ ong	+ ╲	= vòng ↘	cầu vòng	▶	彩虹

❹ 短句練習

▪ Vội vã về nhà lấy tiền mua vé xe.
  匆忙回家拿錢買車票。

▪ Vui vẻ học tập, tìm hiểu về văn hóa Việt Nam.
  快樂學習，了解有關越南文化。

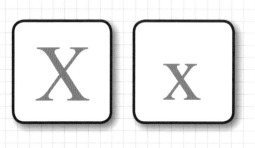

xà phòng 肥皂

發音 類似國語注音 ㄙㄜ ↘

例如 xích lô 三輪車

❶ 發音練習

xé	[x ㄙ] 子音搭配母音 [e æ]	唸法 國語注音 [ㄒㄝ ↗]
xa	[x ㄙ] 子音搭配母音 [a ㄚ]	唸法 國語注音 [ㄙㄚ]
xi	[x ㄙ] 子音搭配母音 [i ㄧ]	唸法 類似中文 [西]
xù	[x ㄙ] 子音搭配母音 [u ㄨ]	唸法 國語注音 [ㄙㄨ ↘]
xin	[x ㄙ] 子音搭配母音 [in ㄧㄣ]	唸法 類似中文 [新]
xoan	[x ㄙ] 子音搭配母音 [oan ㄨㄢ]	唸法 類似中文 [酸]

❷ 單字練習

xô �厶ㄛ xô 推	xoài ㄙㄨㄞ ↘ xoài 芒果	xinh ㄒㄧㄥ xinh 好看、可愛	xưa ㄙㄩ／ㄜ xưa 老舊

❸ 拼音練習

x	+ a	+ ～	= xã ↗	xã hội	▶	社會
x	+ ôi		= xôi	xa xôi	▶	遙遠
x	+ ôn		= xôn	xôn xao	▶	喧嘩；議論紛紛
x	+ ao	+ ＼	= xào ↘	lào xào	▶	嘰哩咕嚕
x	+ ông		= xông	xông pha	▶	勇往直前、衝鋒

❹ 短句練習

- Cái xách tay xinh xắn.
  別緻的手提袋。

- Từ xa xôi đến vườn xoài hái xoài xanh.
  從很遠的地方到芒果園摘青芒果。

Y y

y phục 衣服、服裝

發音 類似國語注音「伊」

例如 y tá 護士

❶ 發音練習

y	單獨母音 [y ㄧ]	唸法 台語發音 [伊]
yên	三合母音 [yên ㄧㄢ]	唸法 類似中文 [煙]
yêu	三合母音 [yêu ㄧㄨ]	唸法 類似中文 [優]
yếm	三合母音 [yêm ㄧㄣm]	唸法 國語注音 [ㄧㄣ ↗]（嘴閉）

❷ 單字練習

ý kiến	yêu cầu
ㄧㄝ↗ 《ㄧㄢ↗	ㄧㄡ 《ㄡ↘
ý kiến	yêu cầu
意見	要求

❸ 拼音練習

y	+ ?	= ỷ ↗	ỷ lại	▶	依賴
y	+ /	= ý ↗	ý nguyện	▶	意願
yên	+ /	= yến ↗	yến sào	▶	燕窩
yêu		= yêu	tình yêu	▶	愛情
yêu	+ /	= yếu ↗	yếu tố	▶	要素
yêu	+ ?	= yểu ↗	yểu điệu	▶	風姿綽約

❹ 短句練習

- Người ốm yếu gầy gò, yếu đuối.
  消瘦的人很虛弱。

- Làm y tá để giúp bác sĩ xử lý việc bệnh nhân.
  當護士協助醫生處理病人的問題。

第三篇

常用單字

- 關於時間：年、月、日、時間、時段
- 方位詞
- 天氣、季節
- 貨幣：越盾
- 單位量詞
- 水果
- 蔬菜、蛋、豆類
- 調味料、粉類

關於時間：
年、月、日、時間、時段

1 重要單字及詞彙 ▶MP3 3-01

giờ	時、點鐘	kém	差
phút	分	thiếu	欠
giây	秒	hơn	多

mấy giờ?	幾點？
bây giờ	現在
bây giờ là mấy giờ?	現在是幾點？

2 時間練習表 ▶MP3 3-02

時間	越南語	相似音	中文
❶ 1：00	một giờ	抹 唷↘（輕聲）	1點
❷ 2：05	hai giờ năm phút	嗨 唷 南 富（嘴閉）（輕聲）	2點5分

時間	越南語	相似音	中文
❸ 3：10	ba giờ mười	巴唷美	3 點 10 分
❹ 4：15	bốn giờ mười lăm	甬唷美南 （嘴閉）	4 點 15 分
❺ 5：20	năm giờ hai mươi	南唷嗨ㄇㄟ （嘴閉）	5 點 20 分
❻ 6：30	sáu giờ rưỡi	勺唷ㄖㄟ ↗	6 點半
❼ 7：45	bảy giờ bốn mươi lăm	白唷甬ㄇㄟ南 （嘴閉）	7 點 45 分
❽ 8：00	tám giờ sáng	單↗唷商↗ （嘴閉）	早上 8 點
❾ 9：50	chín giờ năm mươi	金唷南ㄇㄟ （嘴閉）	9 點 50 分
❿ 10：35	mười giờ ba mươi lăm	美唷巴ㄇㄟ南 （嘴閉）	10 點 35 分
⓫ 11：00	mười một giờ đêm	美抹 唷顛 （輕聲）（嘴閉）	夜晚 11 點

時間	越南語	相似音	中文
⑫ 12：00	mười hai giờ trưa	美嗨唷遮	中午 12 點
⑬ 3：55	bốn giờ kém năm	甭唷 game 南（嘴閉）	4 點差 5 分
⑭ 2：12	hai giờ hơn	嗨唷哼	2 點多

➡ 短句練習

- Mấy giờ rồi? 　　幾點了？

- Tôi không biết. 　　我不知道。

- Tôi không có đồng hồ. 　　我沒有手錶。

- Di động của bạn mấy giờ? 　　你的手機幾點？

- Ba giờ kém năm. 　　差五分三點。

- Mười hai giờ rưỡi. 　　十二點半。

- Có việc gì không? 有什麼事嗎？
- Cũng không có gì. 也沒什麼。
- Tôi muốn đi mua sắm. 我想去購物。

③ 一週內之日 [ngày trong tuần] ▶MP3 3-03

越南語	相似音	中文
ngày	ㄐㄞˋ （鼻音）	日、天
hôm	home （英文）	天
nay	ㄋㄞ	今
này	奶 （名詞＋này）	這
hôm nay	home ㄋㄞ	今天
bữa nay 南	ㄅㄜˊ ㄋㄞ	今天
hôm qua	home 瓜	昨天

越南語	相似音	中文
hôm kia	home ㄍ一ㄝ	前天
hôm trước	home 遮↗ （短促）	大前天
ngày mai	ㄐㄞˋㄇㄞ	明天
ngày kia 北	ㄐㄞˋㄍ一ㄝ	後天
ngày mốt 南	ㄐㄞˋ沒↗ （短促）	後天

▶MP3 3-04

④ 一天當中的時段 [các buổi trong ngày]

越南語	相似音	中文
buổi	ㄅㄨ一◡	（時間量詞）
（buổi）sáng	商 ↗	早上
（buổi）trưa	遮	中午

越南語	相似音	中文
（buổi）chiều	酒 ↘	下午
（buổi）tối	堆 ↗	晚上
đêm	顛 （嘴閉）	夜晚
khuya	虧	深夜
đêm khuya	顛 虧 （嘴閉）	深夜
ban ngày	班 ㄐ ㄞ ↘	白天
ban đêm	班 顛 （嘴閉）	夜間
sáng nay	商 ↗ ㄋ ㄞ	今天早上
trưa nay	遮 ㄋ ㄞ	今天中午
chiều nay	酒 ㄋ ㄞ	今天下午
tối nay	堆 ↗ ㄋ ㄞ	今天晚上
đêm nay	顛 ㄋ ㄞ （嘴閉）	今天夜晚

越南語	相似音	中文
sáng mai	商↗ ㄇㄞ	明天早上
trưa mai	遮　ㄇㄞ	明天中午
chiều mai	酒　ㄇㄞ	明天下午
tối mai	堆↗ㄇㄞ	明天晚上
đêm mai	顛　ㄇㄞ （嘴閉）	明天夜晚
sáng hôm qua	商↗ home 瓜	昨天早上
trưa hôm qua	遮　home 瓜	昨天中午
chiều hôm qua	酒　home 瓜	昨天下午
tối hôm qua	堆↗ home 瓜	昨天晚上
đêm hôm qua	顛　home 瓜 （嘴閉）	昨天夜晚

➡ 短句練習

- Hôm nay bạn làm gì?　　　今天你做了什麼？

- Hôm qua tôi có đi xem biểu diễn thời trang.

  昨天我去看了時裝表演。

- Sáng mai tôi có hẹn.　　　明天早上我有約。

- Trưa mai cô rảnh không?　　明天中午妳有空嗎？

- Chiều nay đi ăn cơm nhé!　　今天下午去吃飯吧！

- Tối nay đi xem nhạc hội.　　今晚去看演唱會。

⑤ 時段的口語簡稱　▶MP3 3-05

時段	日子 + 時段	簡稱
buổi sáng ㄅㄨㄧ ↘ 商 ↗ 早上	buổi sáng hôm nay → ㄅㄨㄧ ↘ 商 ↗ home ㄋㄞ 今天早上	sáng nay 商 ↗ ㄋㄞ 今天早上
buổi trưa ㄅㄨㄧ ↘ 遮 中午	buổi trưa ngày mai → ㄅㄨㄧ ↘ 遮 ㄐㄞ↘ㄇㄞ 明天中午	trưa mai 遮　ㄇㄞ 明天中午

時段	日子 + 時段	簡稱
buổi chiều ㄅㄨㄟ↘ 酒 下午	buổi chiều ngày mốt → ㄅㄨㄟ↘ 酒 ㄐㄞˋ 莫 （短促） 後天下午	chiều mốt 酒　莫 （短促） 後天下午
buổi tối ㄅㄨㄟ↘ 堆↗ 晚上	buổi tối hôm qua → ㄅㄨㄟ↘ 堆↗ home 瓜 昨天晚上	tối hôm qua 堆↗ home 瓜 昨天晚上

➡ 短句練習

▪ Ban ngày đi làm, ban đêm đi học.

白天上班，夜間念書。

---

❻ 星期幾？禮拜幾？[thứ mấy ?] ▶MP3 3-06

越南語	相似音	中文
chủ nhật	足 日 ㄜˋ （短促音）	週日、星期天
thứ hai	ㄊ 日 ↗嗨	星期一
thứ ba	ㄊ 日 ↗巴	星期二

越南語	相似音	中文
thứ tư	ㄊㄖ↗ㄅㄖ	星期三
thứ năm	ㄊㄖ↗南（嘴閉）	星期四
thứ sáu	ㄊㄖ↗ㄅ	星期五
thứ bảy	ㄊㄖ↗白	星期六

註解

chủ nhật 主日

　　越南與西方國家一樣，以星期天（主日）作為一週的開始，所以星期一是一週的第二天（thứ hai）、星期二是第三天（thứ ba）……，星期六是第七天（thứ bảy）。

➡ 短句練習

- Hôm qua là chủ nhật.　　　　昨天是星期日。

- Hôm nay là thứ hai.　　　　今天是星期一。

- Ngày mai là thứ ba.　　　　明天是星期二。

- Ngày mốt là thứ tư.　　　　後天是星期三。

7 週、星期 [tuần] ▶MP3 3-07

越南語	相似音	中文
tuần	蹲↘ （ㄉㄨㄣˇ）	週、星期、禮拜
tuần trước	蹲↘ 這↗ （短促）	上週、上個星期
tuần này	蹲↘ 奶	這週、這個星期
tuần sau	蹲↘ 燒	下週、下個星期
đầu tuần	簍↘ 蹲↘	週初（週一、二）
giữa tuần	唷↗ 蹲↘	週中（週三、四）
cuối tuần	歸↗ 蹲↘	週末（週六、日）

8 月份 ▶MP3 3-08

越南語	相似音	中文
tháng	湯↗	月、月份
tháng giêng	湯↗煙	元月、正月
tháng một	湯↗抹↘ （短促）	一月
tháng hai	湯↗嗨	二月
tháng ba	湯↗巴	三月
tháng tư	湯↗ ㄅㄖ	四月
tháng năm	湯↗南 （嘴閉）	五月
tháng sáu	湯↗勺	六月
tháng bảy	湯↗白	七月
tháng tám	湯↗單↗ （嘴閉）	八月
tháng chín	湯↗金↗	九月

越南語	相似音	中文
tháng mười	湯↗美↘	十月
tháng mười một	湯↗美↘抹↘ （短促）	十一月
tháng mười hai	湯↗美↘ 嗨	十二月
tháng chạp	湯↗咋↘ （嘴閉）	臘月
tháng này	湯↗奶↘	這個月
tháng trước	湯↗這↗ （短促）	上個月
tháng sau	湯↗燒	下個月
đầu tháng	簍 湯↗	月初
giữa tháng	唷↗湯↗	月中
cuối tháng	歸↗湯↗	月底

9 年 ▶MP3 3-09

越南語	相似音	中文
năm	南（嘴閉）	年
năm nay	南 ㄋㄞ（嘴閉）	今年
năm ngoái	南 ㄫㄨㄞ↗（嘴閉）	去年
sang năm	商　南（嘴閉）	明年
năm tới	南 ㄉㄜ一↗（嘴閉）	來年
đầu năm	簍　南（嘴閉）	年初
giữa năm	嗩↝南（嘴閉）	年中
cuối năm	歸↗南（嘴閉）	年底

方位詞 ▶ MP3 3-10

phía trước	前面、前方	phía sau	後面、後方
bên trái	左邊	bên phải	右邊
bên này	這邊	bên kia	那邊
bên cạnh	旁邊	miền bắc	北部、北方
miền nam	南部、南方	miền trung	中部
phía đông	東邊	phía tây	西邊
phía nam	南邊	phía bắc	北邊
đối diện	對面	đối diện xéo	斜對面
cùng hướng	同方向	nghịch hướng	反方向
rẽ trái 北 quẹo trái 南	左轉	rẽ phải 北 quẹo phải 南	右轉

đi thẳng	直走	quay đầu lại	回轉；回頭
bề mặt	正面	bề trái	反面

動詞		方位詞		指示方向	
lên	上、上去	trên	上面	➡ lên trên	上去上面
xuống	下、下去	dưới	下面	➡ xuống dưới	下去下面
vào	進、進去	trong	裡面	➡ vào trong	進去裡面
ra	出、出去	ngoài	外面	➡ ra ngoài	出去外面
ở	在；住	giữa	中間	➡ đứng ở giữa	站在中間

➡ 短句練習

- Lên xe đi!   上車吧！

- Bạn muốn đi đâu?   你想去哪裡？

- Tôi ra ngoài mua đồ.   我出去買東西。

- Anh biết lái xe không?   你會開車嗎？

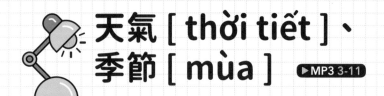

天氣 [thời tiết]、季節 [mùa] ▶MP3 3-11

氣候 [khí hậu]			
mùa xuân	春季	mùa hạ / mùa hè	夏季
mùa thu	秋季	mùa đông	冬季
mùa nắng	旱季	mùa mưa	雨季
mưa / tuyết	雨/雪	bão	颱風／颶風

➡ 短句練習

- Trời mưa rồi!　　　　　　　　下雨了！

- Trời nóng quá!　　　　　　　天氣好熱喔！

- Có mở máy lạnh không?　　　有開冷氣嗎？

- Mở máy lạnh giùm tôi.　　　幫我開冷氣。

- Tôi muốn uống trà đá.　　　我想喝冰茶。

- Ở đây mát quá!　　　　　　　這裡好涼快！

- Tôi sợ nóng.　　　　　　　　我怕熱。

- Tôi không sợ lạnh.　　　　　我不怕冷。

貨幣：越盾 [đồng]

▶ 紙幣：1.000、2.000、5.000、10.000、20.000、50.000、
　 100.000、200.000、500.000

▶ 在北越地區人民幣可以流通，尤其是海防市。

▶ 南越大城市裡，由於台商眾多，所以部分商店也接受台幣。

➡ 短句練習 ▶MP3 3-12

■ Có tiền lẻ không?

有零錢嗎？

■ Đi đâu đổi tiền?

去哪裡換錢？

■ Bạn thích cái nào?

你喜歡哪個？

■ Hai cái tôi đều thích.

兩個我都喜歡。

■ Ôi, tôi quên mất!

唉呀，我忘記了！

■ Trời ơi, tôi quên đem tiền!

糟糕，我忘了帶錢！

■ Bạn mua cái này bao nhiêu tiền?

你買這個多少錢？

■ Áo này đẹp quá, tôi muốn mua.

這件衣好漂亮，我想買。

■ Đầm này có màu khác không?

這件裙子有別的顏色嗎？

單位量詞

▶ MP3 3-13

量詞	越南語	中文
cái 個／張／件 面／間 （指物品）	một cái ly	一個杯子
	một cái nồi	一個鍋子
	một cái gối	一個枕頭
	một cái thùng	一個桶子
	một cái bàn	一張桌子
	một cái ghế	一張椅子
	một cái loa	一個喇叭
	một cái áo	一件衣
	một cái gương	一面鏡子
	một cái nhà	一間房子
chiếc 架／輛／件 只／隻／把 （指物品）	một chiếc xe	一輛車
	một chiếc đũa	一只筷子
	một chiếc máy bay	一架飛機
	một chiếc giầy	一隻鞋子
	một chiếc áo	一件衣
	một chiếc đồng hồ	一只手錶
	một chiếc chìa khoá	一把鑰匙

量詞	越南語	中文
con 隻／頭 條／尾 （指動物）	動物量詞： một con chó một con mèo một con heo một con bò một con gà một con chim một con kiến một con muỗi một con voi một con rắn một con cá	一隻狗 一隻貓 一隻豬 一頭牛 一隻雞 一隻鳥 一隻螞蟻 一隻蚊子 一隻大象 一條蛇 一尾魚
con 條／艘 把／張 （指物品）	例外： một con sông một con đường một con tàu một con dao một con tem một con niêm	一條河 一條路 一艘船 一把刀子 一張郵票 一張印花

量詞	越南語	中文
căn 間／戶／個 室／種（病）	một căn nhà	一間房子
	một căn hộ	一戶房屋
	một căn vi la （biệt thự）	一間別墅
	một căn phòng	一個房間
	một căn bệnh	一種病根
phòng 間 （房／室）	một phòng	一間房間
	một phòng tắm	一間浴室
	một phòng ngủ	一間睡房
	một phòng khách	一個客廳
	một phòng học	一間教室
	một phòng làm việc	一間工作室
toà 座／棟／間	một toà nhà	一座樓房
	một toà lầu	一棟大樓
	một toà cao ốc	一座大廈
	một toà báo	一間報社
ngôi 間／顆 個／座	một ngôi nhà	一間房子
	một ngôi chùa	一間廟
	một ngôi biệt thự	一間別墅
	một ngôi sao	一顆星
	một ngôi mộ	一座墳墓
	một ngôi báu	一個寶座

量詞	越南語	中文
cây 枝／支／棵 根／條／把 兩	một cây viết chì	一枝鉛筆
	một cây củi	一根柴
	một cây gỗ	一根木頭
	một cây cột	一根柱子
	một cây mía	一根甘蔗
	một cây tăm	一根牙籤
	một cây thước	一把尺
	một cây dù	一把雨傘
	một cây cổ thụ	一棵老樹
	một cây chuối	一棵香蕉樹
	một cây thuốc lá	一條香菸
	một cây vàng	一兩黃金
chai 瓶	một chai rượu	一瓶酒
	một chai nước suối	一瓶礦泉水
	một chai nước ngọt	一瓶汽水
	một chai nước tương	一瓶醬油
bình 瓶／壺／個	một bình nước	一瓶水
	một bình hoa	一個花瓶
	một bình thủy	一個熱水壺
	một bình trà	一壺茶

量詞	越南語	中文
cục 塊／團／坨	một cục đá	一塊冰塊
	một cục đá	一塊石頭
	một cục gạch	一塊石磚
	một cục đường	一塊糖塊
	một cục gôm	一塊橡皮擦
	một cục bột	一團麵粉
	một cục bướu	一塊腫瘤
	một cục cức	一坨屎
miếng 塊／片／口	một miếng bánh	一塊餅乾
	một miếng bánh mì	一塊麵包
	một miếng vải	一塊布
	một miếng đất	一塊土地
	một miếng kiếng	一片玻璃
	một miếng cơm	一口飯
quyển 本	một quyển sách	一本書
	một quyển tập / vở	一本簿子
	một quyển từ điển	一本字典
cuốn 本／捲	một cuốn sách	一本書
	một cuốn tập / vở	一本簿子
	một cuốn nem rán 北	一捲炸春捲 北
	một cuốn chả giò 南	一捲炸春捲 南

量詞	越南語	中文
bó 束／綑／把	một bó hoa một bó đũa một bó củi	一束花 一把筷子 一綑柴
bộ 套／組	một bộ quần áo một bộ vét tông một bộ ghế sa-long một bộ đồ nghề	一套衣服 一套西裝 一套沙發 一組工具
đôi 雙	một đôi giầy một đôi tất 北 một đôi vớ 南 một đôi đũa	一雙鞋子 一雙襪子 北 一雙襪子 南 一雙筷子
hộp 盒／罐	một hộp bánh một hộp kẹo một hộp sô-cô-la một hộp sữa đặc một hộp sữa bột	一盒餅乾 一盒糖果 一盒巧克力 一罐煉奶 一罐奶粉
lon 罐	một lon bia một lon cô-ca một lon nước ngọt	一罐啤酒 一罐可樂 一罐汽水

水果 [hoa qua] 北
[trái cây] 南 ▶MP3 3-19

bưởi	柚子	đào tiên	水蜜桃
cam	柳橙	hồng xiêm 北 hồng 南	柿子
quýt	橘子	măng cụt	山竹
chôm chôm	紅毛丹	ki wi	奇異果
nho	葡萄	chanh dây	百香果
chuối	香蕉	nhãn	龍眼
vải	荔枝	anh đào	櫻桃
dâu tây	草莓	sa pô chê	人心果／ 人參果
ổi	芭樂	na 北 mãng cầu 南	釋迦
dưa hấu	西瓜	roi 北 mận 南	蓮霧
mận 北 mận Hà Nội 南	李子	thanh long	火龍果
lê	水梨	sầu riêng	榴槤

dưa lưới	哈密瓜	mít	菠蘿蜜
bơ	酪梨	me	羅望子 （酸子）
lựu	石榴	dâu tằm	桑葚（椹）
dứa 北 thơm 南	鳳梨	dâu da 北 bòn bon 南	黃皮 / 龍宮果

➡ 短句練習

- Tôi thích ăn cam.   我喜歡吃柳橙。

- Táo rất ngon.   蘋果很好吃。

- Nho có chua không?   葡萄酸不酸？

- Tôi sợ chua lắm.   我很怕酸。

- Chuối vừa rẻ vừa ngon.   香蕉又便宜又好吃。

- Ôi, quả vải này ngọt quá!   哇，這荔枝超甜的！

- Xoài này bao nhiêu một cân 北 / ký 南?
  這芒果一公斤多少錢？

- Ăn hoa quả 北 / trái cây 南 nhiều rất tốt.
  多吃水果很好。

- Trời ơi, đào tiên sao đắt 北 / mắc 南 quá vậy?
  天啊，水蜜桃怎麼那麼貴？

蔬菜 [rau cải]、
蛋 [trứng]、豆類 [đậu]

▶MP3 3-20

cải thảo / cải trắng	大白菜	cải chíp	小白菜
cải thìa	青江菜	cải làn	芥藍菜
cải bẹ xanh	芥菜	cải đắng	苦菜
cải bắp	高麗菜	cải ngọt	油菜
cải ngồng	菜心	cải xoong	西洋菜
rau dền	莧菜	rau muống	空心菜
rau sống sà lách	大陸妹 生菜	rau chân vịt / bố xôi	菠菜
rau vịt	A 菜	rau cải cúc / tần ô	茼蒿
rau lang	地瓜葉	rau mồng tơi	川七
rau biển	紫菜	rau muối khô	梅干菜
rau tía tô	紫蘇	bắp chuối	香蕉花

đậu bắp	秋葵	đậu đũa	菜豆
đậu que	四季豆	đậu hoà lan	豌豆
đậu giá	豆芽菜	đậu phụ / đậu hũ	豆腐
đậu hũ trắng	嫩豆腐	đậu hũ ki	腐竹
đậu hũ khô / đậu hũ cứng	豆干	đậu phụ nhự 北 chao 南	豆腐乳
su su	佛手瓜	su hào	大頭菜
nấm hương	香菇	nấm rơm	草菇
nấm tuyết	蘑菇	nấm bạch linh	白靈菇
nấm kim châm	金針菇	nấm đùi gà	杏鮑菇
nấm bào ngư	鮑魚菇 / 秀珍菇	nấm mối đen	鴻喜菇
nấm mèo	木耳	nấm mèo trắng	白木耳（銀耳）
củ ấu	菱角	củ tỏi	蒜頭
củ hành	紅蔥頭	củ kiệu	蕎頭

củ nghệ	薑黃	củ gừng	薑
gừng già	老薑	gừng non	嫩薑
hành tươi / hành lá	青蔥	hành tây	洋蔥
hẹ	韭菜	tâm hẹ	韭菜花
vừng 北 / mè 南	芝麻	hạt giẻ	栗子
rau quế	九層塔	lá dứa	香蘭葉
rau răm	辣薄荷	rau ôm	蘑翁菜
rau mùi 北 ngò 南	芫荽 （香菜）	rau diếp cá	魚腥草
rau cần ống / cần ta	水芹菜	rau mùi tàu 北 ngò gai 南	刺芹
cần tây	西芹菜	cần / cần tàu	芹菜
bông cải xanh	青花椰菜	búp lơ 北 bông cải trắng 南	花椰菜
mướp đắng / khổ qua	苦瓜	mướp	絲瓜

dưa chua	酸菜	dưa leo / dưa chuột	小黃瓜
bầu	蒲瓜	dưa muối	醬瓜 / 醬菜
bí đao	櫛瓜	bí	冬瓜
ngô 北 bắp 南	玉米	bí ngô 北 bí đỏ 南	南瓜
măng	竹筍	kim châm	金針
măng sặt	箭筍	măng tây	蘆筍
cà tím	茄子	cà chua	蕃茄
cà rốt / củ cải đỏ	紅蘿蔔	cà pháo	小圓茄
củ dền	紅薯	củ cải trắng	白蘿蔔
củ năng	荸薺	củ đậu 北 củ sắn 南	豆薯
ngó sen	蓮藕梗	củ sen	蓮藕
ớt chuông	青椒 / 甜椒	ớt	辣椒

rong biển / hỏi tai	海帶	rong biển	海藻
khoai môn	芋頭	khoai tây	馬鈴薯
khoai mỡ	土山藥	khoai lang	地瓜
đậu xanh	綠豆	củ sắn 北 khoai mì 南	樹薯（木薯）
đậu trắng	蠶豆	đậu đỏ	紅豆
đậu đen	黑豆	đậu nành	黃豆
tàu xì	豆豉	đậu phộng	花生
trứng vịt / hột vịt	鴨蛋	trứng gà / hột gà	雞蛋
trứng vịt bách thảo / phì tản	皮蛋	trứng mặn / hột vịt muối	鹹蛋
trứng chim cút	鵪鶉蛋	trứng ngỗng	鵝蛋

調味料 [đồ gia vị]、
粉類 [các loại bột] ▶MP3 3-21

bột mì	麵粉	bột nếp	糯米粉
bột gạo	米粉	bột đậu / bột năng	太白粉 （芡粉）
bột ngũ vị hương	五香粉	bột vị tinh / bột ngọt	味精 （味素）
bột nêm	雞粉	bột nghệ	薑黃粉
bột quế	肉桂粉	bột sả	香茅粉
hồi hương	八角 / 茴香	nước nắm	魚露
nước tương / xì dầu	醬油	tương xay	豆瓣醬

tương ngọt	甜瓣醬	tương ớt	辣椒醬
tương cà chua	番茄醬	mỡ heo	豬油
dầu ăn	沙拉油	dầu đậu phộng	花生油
dầu mè	芝麻油	dấm	醋
tiêu	胡椒	muối	鹽巴
đường cát	砂糖	đường	糖
đường phèn	冰糖	đường thẻ	片狀紅糖

第四篇

手機、電腦
越南語輸入法

手機鍵盤打字

　　輸入越南文字的手機鍵盤打字方式，我們以最常用的「Telex（QWERTY）輸入法」來說明。

① iOS 系統

① 在 iPhone 手機桌面點選〔設定〕→〔一般〕→〔鍵盤〕→〔鍵盤〕
　　→〔新增鍵盤〕→〔搜尋：越南文〕，並選擇〔Telex-QWERTY〕。

❷ 設定完畢之後打開輸入法鍵
盤，長按左下方的地球圖示，
就可以選擇切換到越南語輸
入法。

❸ 按照 172 頁「越南語 Telex 輸
入法」的按鍵對照表，直接用
手機鍵盤上的英文字母，輸入
越南語的 29 個字母和 5 個聲
調符號。

❹ 也可以長按鍵盤上的英文字
母，就會出現含有聲調符號的
越南文可以選擇。

❷ Android 系統

以下用 Gboard 鍵盤為例
進行說明。

❶ 在手機裡安裝 Gboard 鍵
盤，點選〔開啟〕之後到
〔設定〕選取〔語言〕，
然後再選取〔新增鍵盤〕。

❷ 在〔新增鍵盤〕中搜尋「越南」，並選取越南文輸入法〔QWERTY〕，點選〔完成〕之後再回到〔語言〕，就可以看到鍵盤已經安裝完成。

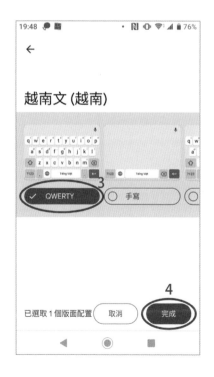

③ 越南語 Telex 輸入法

按鍵	字元	範例	輸入鍵	中文
a＋w＝aw	ă	tăng ca	tawng ca	加班
a＋a＝aa	â	nhân dân	nhaan daan	人民
e＋e＝ee	ê	Việt Nam	Vieetj Nam	越南
o＋o＝oo	ô	đổi	ddooir	換
❶ w　＝w	ư	thư từ	thw twf	書信
❷ u＋w＝uw	ư	thư từ	thuw tuwf	書信
o＋w＝ow	ơ	nhà thờ	nhaf thowf	教堂
uo＋w＝uow	ươ	đường	0uowngf	常
d＋d＝dd	đ	đủ	ddur	夠
s（銳聲）	⁄	bóng	bongs	球
f（玄聲）	＼	làm	lamf	做
r（問聲）	？	hỏi	hoir	問
x（跌聲）	～	mãi mãi	maix maix	永遠
j（重聲）	•	mộng	moongf	夢
z	要刪除掉已打的符號時使用，例如： tháng：thangs ＞ thangsz ＞ thang			

電腦鍵盤打字

　　Windows 與 Mac OS 都可以免費安裝越南語 Telex 輸入法，輸入方式與前面 172 頁「越南語 Telex 輸入法」相同。

❶ Windows 系統

　　以下以 Windows 11 作為示範。

❶ 點選 Windows 桌面左下角的〔開始〕功能鍵，進入〔設定〕，再依序選擇〔時間與語言〕和〔輸入〕。

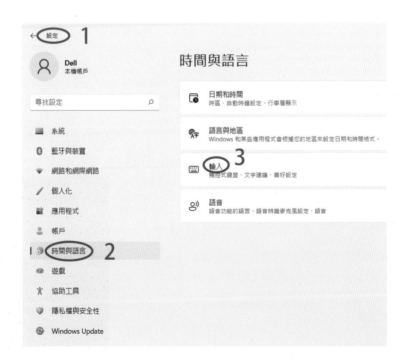

❷ 選取〔新增語言〕，
　然後搜尋關鍵字「越
　南」，再依序點選〔下
　一步〕和〔安裝〕。

❸ 回到〔輸入〕點選〔進階鍵盤設定〕，再選取〔越南文 -Tetex 輸
　入法〕。設定完成之後，就可以在 Windows 桌面右下角快速切換
　輸入法。

② Mac OS 系統

❶ 點選桌面最左上角的〔蘋果圖示〕，再選取〔系統偏好設定〕和〔鍵盤〕。

❷ 開啟〔鍵盤〕設定之後，在上方頁籤選擇〔輸入方式〕，接著在左側輸入法清單中，於左下方點選〔＋〕來新增輸入法。

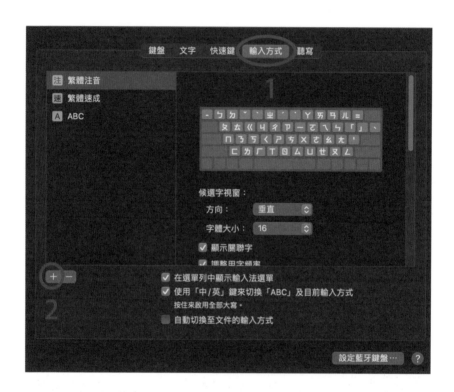

❸ 搜尋關鍵字「越南」會出現好幾種越南語輸入法，建議以最常用的「Telex 輸入法」為主，另外也可選擇 Mac OS 自帶的「VNI 輸入法」，兩種輸入法的鍵盤配置並不相同。VNI 輸入法的使用方式請參考 179 頁的按鍵對照表。

❹ Mac OS 還自帶另一種越南語「VI 輸入法」，與「Telex 輸入法」的差異在於，透過電腦鍵盤上的英文字母與第一排的阿拉伯數字，以及第二排右側的兩個按鍵「〔」和「〕」，來完成越南語 29 個字母和 5 個聲調符號的輸入。

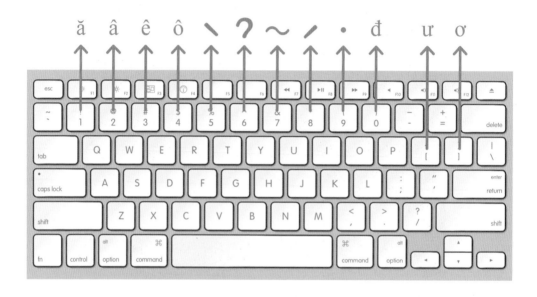

❺ 設定成功之後，就可以在 Mac OS 最上方工具列的右上側快速切換輸入法。

③ Mac OS 越南語 VNI 輸入法

越南文字和 5 個聲調符號按鍵對照表（VNI）

按鍵	字元	範例	輸入鍵	中文
1	ă	khăn	kh1n	毛巾
2	â	thần	th25n	神
3	ê	biển	bi36n	海
4	ô	ô tô	4 t4	汽車
5	`	tiền	ti35n	錢
6	?	hỏi	ho6i	問
7	~	ngã	nga7	跌
8	/	sắc	s18c	銳
9	•	nặng	n19ng	重
0	đ	đã	0a7	已經
[	ư	mưa	m[a	下雨
]	ơ	chờ	ch]5	等
[ ]	ươ	đường	0[ ]5ng	路；糖

國家圖書館出版品預行編目（CIP）資料

越南語完全自學手冊：29字母120音入門教材，專為零基礎初學
者設計/吳庭葳Ngô Đình Uy作. -- 初版. -- 臺中市：晨星出版有
限公司, 2024.02
　　184面;16.5 × 22.5公分. -- (語言學習；41)
ISBN 978-626-320-730-1(平裝)

1.CST: 越南語 2.CST: 發音 3.CST: 詞彙

803.7941　　　　　　　　　　　　　　　　　112019795

語言學習 41

越南語完全自學手冊

29字母120音入門教材，專為零基礎初學者設計

作者	吳庭葳 Ngô Đình Uy
編輯	余順琪
校對	林吟築
封面設計	耶麗米工作室
美術編輯	點點設計

創辦人	陳銘民
發行所	晨星出版有限公司
	407台中市西屯區工業30路1號1樓
	TEL：04-23595820　FAX：04-23550581
	E-mail：service-taipei@morningstar.com.tw
	http://star.morningstar.com.tw
	行政院新聞局版台業字第2500號
法律顧問	陳思成律師
初版	西元2024年02月15日

線上讀者回函

讀者服務專線	TEL：02-23672044／04-23595819#212
讀者傳真專線	FAX：02-23635741／04-23595493
讀者專用信箱	service@morningstar.com.tw
網路書店	http://www.morningstar.com.tw
郵政劃撥	15060393（知己圖書股份有限公司）

印刷	上好印刷股份有限公司

定價 350 元
（如書籍有缺頁或破損，請寄回更換）
ISBN：978-626-320-730-1

圖片來源：shutterstock.com

Published by Morning Star Publishing Inc.
Printed in Taiwan
All rights reserved.

| 最新、最快、最實用的第一手資訊都在這裡 |